When you look to the west,

go down at the end of th

looking at the past, what went before, and what cannot be changed.

When you look to the east, you see the sun come up; you are looking at the start of a new day. You are looking at the future, which is yours to control.

You are born to dance, it is in your genes, yet at some point, you stop. It is never too late to get back into the rhythm. You can choose, or make, your own music to get back to the beginning.

So turn to the east, soak up the sun, choose the beat, and dance into your future.



ISBN 978-0-9940519-7-4

## 2018

**JANUARY**

| S | M | T | W | T | F | S |
|---|---|---|---|---|---|---|
| | 1 | 2 | 3 | 4 | 5 | 6 |
| 7 | 8 | 9 | 10 | 11 | 12 | 13 |
| 14 | 15 | 16 | 17 | 18 | 19 | 20 |
| 21 | 22 | 23 | 24 | 25 | 26 | 27 |
| 28 | 29 | 30 | 31 | | | |

**FEBRUARY**

| S | M | T | W | T | F | S |
|---|---|---|---|---|---|---|
| | | | | 1 | 2 | 3 |
| 4 | 5 | 6 | 7 | 8 | 9 | 10 |
| 11 | 12 | 13 | 14 | 15 | 16 | 17 |
| 18 | 19 | 20 | 21 | 22 | 23 | 24 |
| 25 | 26 | 27 | 28 | | | |

**MARCH**

| S | M | T | W | T | F | S |
|---|---|---|---|---|---|---|
| | | | | 1 | 2 | 3 |
| 4 | 5 | 6 | 7 | 8 | 9 | 10 |
| 11 | 12 | 13 | 14 | 15 | 16 | 17 |
| 18 | 19 | 20 | 21 | 22 | 23 | 24 |
| 25 | 26 | 27 | 28 | 29 | 30 | 31 |

**APRIL**

| S | M | T | W | T | F | S |
|---|---|---|---|---|---|---|
| 1 | 2 | 3 | 4 | 5 | 6 | 7 |
| 8 | 9 | 10 | 11 | 12 | 13 | 14 |
| 15 | 16 | 17 | 18 | 19 | 20 | 21 |
| 22 | 23 | 24 | 25 | 26 | 27 | 28 |
| 29 | 30 | | | | | |

**MAY**

| S | M | T | W | T | F | S |
|---|---|---|---|---|---|---|
| | | 1 | 2 | 3 | 4 | 5 |
| 6 | 7 | 8 | 9 | 10 | 11 | 12 |
| 13 | 14 | 15 | 16 | 17 | 18 | 19 |
| 20 | 21 | 22 | 23 | 24 | 25 | 26 |
| 27 | 28 | 29 | 30 | 31 | | |

**JUNE**

| S | M | T | W | T | F | S |
|---|---|---|---|---|---|---|
| | | | | | 1 | 2 |
| 3 | 4 | 5 | 6 | 7 | 8 | 9 |
| 10 | 11 | 12 | 13 | 14 | 15 | 16 |
| 17 | 18 | 19 | 20 | 21 | 22 | 23 |
| 24 | 25 | 26 | 27 | 28 | 29 | 30 |

**JULY**

| S | M | T | W | T | F | S |
|---|---|---|---|---|---|---|
| 1 | 2 | 3 | 4 | 5 | 6 | 7 |
| 8 | 9 | 10 | 11 | 12 | 13 | 14 |
| 15 | 16 | 17 | 18 | 19 | 20 | 21 |
| 22 | 23 | 24 | 25 | 26 | 27 | 28 |
| 29 | 30 | 31 | | | | |

**AUGUST**

| S | M | T | W | T | F | S |
|---|---|---|---|---|---|---|
| | | | 1 | 2 | 3 | 4 |
| 5 | 6 | 7 | 8 | 9 | 10 | 11 |
| 12 | 13 | 14 | 15 | 16 | 17 | 18 |
| 19 | 20 | 21 | 22 | 23 | 24 | 25 |
| 26 | 27 | 28 | 29 | 30 | 31 | |

**SEPTEMBER**

| S | M | T | W | T | F | S |
|---|---|---|---|---|---|---|
| | | | | | | 1 |
| 2 | 3 | 4 | 5 | 6 | 7 | 8 |
| 9 | 10 | 11 | 12 | 13 | 14 | 15 |
| 16 | 17 | 18 | 19 | 20 | 21 | 22 |
| 23 | 24 | 25 | 26 | 27 | 28 | 29 |
| 30 | | | | | | |

**OCTOBER**

| S | M | T | W | T | F | S |
|---|---|---|---|---|---|---|
| | 1 | 2 | 3 | 4 | 5 | 6 |
| 7 | 8 | 9 | 10 | 11 | 12 | 13 |
| 14 | 15 | 16 | 17 | 18 | 19 | 20 |
| 21 | 22 | 23 | 24 | 25 | 26 | 27 |
| 28 | 29 | 30 | 31 | | | |

**NOVEMBER**

| S | M | T | W | T | F | S |
|---|---|---|---|---|---|---|
| | | | | 1 | 2 | 3 |
| 4 | 5 | 6 | 7 | 8 | 9 | 10 |
| 11 | 12 | 13 | 14 | 15 | 16 | 17 |
| 18 | 19 | 20 | 21 | 22 | 23 | 24 |
| 25 | 26 | 27 | 28 | 29 | 30 | |

**DECEMBER**

| S | M | T | W | T | F | S |
|---|---|---|---|---|---|---|
| | | | | | | 1 |
| 2 | 3 | 4 | 5 | 6 | 7 | 8 |
| 9 | 10 | 11 | 12 | 13 | 14 | 15 |
| 16 | 17 | 18 | 19 | 20 | 21 | 22 |
| 23 | 24 | 25 | 26 | 27 | 28 | 29 |
| 30 | 31 | | | | | |

## 2019

**JANUARY**

| S | M | T | W | T | F | S |
|---|---|---|---|---|---|---|
| | | 1 | 2 | 3 | 4 | 5 |
| 6 | 7 | 8 | 9 | 10 | 11 | 12 |
| 13 | 14 | 15 | 16 | 17 | 18 | 19 |
| 20 | 21 | 22 | 23 | 24 | 25 | 26 |
| 27 | 28 | 29 | 30 | 31 | | |

**FEBRUARY**

| S | M | T | W | T | F | S |
|---|---|---|---|---|---|---|
| | | | | | 1 | 2 |
| 3 | 4 | 5 | 6 | 7 | 8 | 9 |
| 10 | 11 | 12 | 13 | 14 | 15 | 16 |
| 17 | 18 | 19 | 20 | 21 | 22 | 23 |
| 24 | 25 | 26 | 27 | 28 | | |

**MARCH**

| S | M | T | W | T | F | S |
|---|---|---|---|---|---|---|
| | | | | | 1 | 2 |
| 3 | 4 | 5 | 6 | 7 | 8 | 9 |
| 10 | 11 | 12 | 13 | 14 | 15 | 16 |
| 17 | 18 | 19 | 20 | 21 | 22 | 23 |
| 24 | 25 | 26 | 27 | 28 | 29 | 30 |
| 31 | | | | | | |

**APRIL**

| S | M | T | W | T | F | S |
|---|---|---|---|---|---|---|
| | 1 | 2 | 3 | 4 | 5 | 6 |
| 7 | 8 | 9 | 10 | 11 | 12 | 13 |
| 14 | 15 | 16 | 17 | 18 | 19 | 20 |
| 21 | 22 | 23 | 24 | 25 | 26 | 27 |
| 28 | 29 | 30 | | | | |

**MAY**

| S | M | T | W | T | F | S |
|---|---|---|---|---|---|---|
| | | | 1 | 2 | 3 | 4 |
| 5 | 6 | 7 | 8 | 9 | 10 | 11 |
| 12 | 13 | 14 | 15 | 16 | 17 | 18 |
| 19 | 20 | 21 | 22 | 23 | 24 | 25 |
| 26 | 27 | 28 | 29 | 30 | 31 | |

**JUNE**

| S | M | T | W | T | F | S |
|---|---|---|---|---|---|---|
| | | | | | | 1 |
| 2 | 3 | 4 | 5 | 6 | 7 | 8 |
| 9 | 10 | 11 | 12 | 13 | 14 | 15 |
| 16 | 17 | 18 | 19 | 20 | 21 | 22 |
| 23 | 24 | 25 | 26 | 27 | 28 | 29 |
| 30 | | | | | | |

**JULY**

| S | M | T | W | T | F | S |
|---|---|---|---|---|---|---|
| | 1 | 2 | 3 | 4 | 5 | 6 |
| 7 | 8 | 9 | 10 | 11 | 12 | 13 |
| 14 | 15 | 16 | 17 | 18 | 19 | 20 |
| 21 | 22 | 23 | 24 | 25 | 26 | 27 |
| 28 | 29 | 30 | 31 | | | |

**AUGUST**

| S | M | T | W | T | F | S |
|---|---|---|---|---|---|---|
| | | | | 1 | 2 | 3 |
| 4 | 5 | 6 | 7 | 8 | 9 | 10 |
| 11 | 12 | 13 | 14 | 15 | 16 | 17 |
| 18 | 19 | 20 | 21 | 22 | 23 | 24 |
| 25 | 26 | 27 | 28 | 29 | 30 | 31 |

**SEPTEMBER**

| S | M | T | W | T | F | S |
|---|---|---|---|---|---|---|
| 1 | 2 | 3 | 4 | 5 | 6 | 7 |
| 8 | 9 | 10 | 11 | 12 | 13 | 14 |
| 15 | 16 | 17 | 18 | 19 | 20 | 21 |
| 22 | 23 | 24 | 25 | 26 | 27 | 28 |
| 29 | 30 | | | | | |

**OCTOBER**

| S | M | T | W | T | F | S |
|---|---|---|---|---|---|---|
| | | 1 | 2 | 3 | 4 | 5 |
| 6 | 7 | 8 | 9 | 10 | 11 | 12 |
| 13 | 14 | 15 | 16 | 17 | 18 | 19 |
| 20 | 21 | 22 | 23 | 24 | 25 | 26 |
| 27 | 28 | 29 | 30 | 31 | | |

**NOVEMBER**

| S | M | T | W | T | F | S |
|---|---|---|---|---|---|---|
| | | | | | 1 | 2 |
| 3 | 4 | 5 | 6 | 7 | 8 | 9 |
| 10 | 11 | 12 | 13 | 14 | 15 | 16 |
| 17 | 18 | 19 | 20 | 21 | 22 | 23 |
| 24 | 25 | 26 | 27 | 28 | 29 | 30 |

**DECEMBER**

| S | M | T | W | T | F | S |
|---|---|---|---|---|---|---|
| 1 | 2 | 3 | 4 | 5 | 6 | 7 |
| 8 | 9 | 10 | 11 | 12 | 13 | 14 |
| 15 | 16 | 17 | 18 | 19 | 20 | 21 |
| 22 | 23 | 24 | 25 | 26 | 27 | 28 |
| 29 | 30 | 31 | | | | |

## 2020

**JANUARY**

| S | M | T | W | T | F | S |
|---|---|---|---|---|---|---|
| | | 1 | 2 | 3 | 4 | 5 |
| 6 | 7 | 8 | 9 | 10 | 11 | 12 |
| 13 | 14 | 15 | 16 | 17 | 18 | 19 |
| 20 | 21 | 22 | 23 | 24 | 25 | 26 |
| 27 | 28 | 29 | 30 | 31 | | |

**FEBRUARY**

| S | M | T | W | T | F | S |
|---|---|---|---|---|---|---|
| | | | | | 1 | 2 |
| 3 | 4 | 5 | 6 | 7 | 8 | 9 |
| 10 | 11 | 12 | 13 | 14 | 15 | 16 |
| 17 | 18 | 19 | 20 | 21 | 22 | 23 |
| 24 | 25 | 26 | 27 | 28 | | |

**MARCH**

| S | M | T | W | T | F | S |
|---|---|---|---|---|---|---|
| | | | | | 1 | 2 |
| 3 | 4 | 5 | 6 | 7 | 8 | 9 |
| 10 | 11 | 12 | 13 | 14 | 15 | 16 |
| 17 | 18 | 19 | 20 | 21 | 22 | 23 |
| 24 | 25 | 26 | 27 | 28 | 29 | 30 |
| 31 | | | | | | |

**APRIL**

| S | M | T | W | T | F | S |
|---|---|---|---|---|---|---|
| | 1 | 2 | 3 | 4 | 5 | 6 |
| 7 | 8 | 9 | 10 | 11 | 12 | 13 |
| 14 | 15 | 16 | 17 | 18 | 19 | 20 |
| 21 | 22 | 23 | 24 | 25 | 26 | 27 |
| 28 | 29 | 30 | | | | |

**MAY**

| S | M | T | W | T | F | S |
|---|---|---|---|---|---|---|
| | | | 1 | 2 | 3 | 4 |
| 5 | 6 | 7 | 8 | 9 | 10 | 11 |
| 12 | 13 | 14 | 15 | 16 | 17 | 18 |
| 19 | 20 | 21 | 22 | 23 | 24 | 25 |
| 26 | 27 | 28 | 29 | 30 | 31 | |

**JUNE**

| S | M | T | W | T | F | S |
|---|---|---|---|---|---|---|
| | | | | | | 1 |
| 2 | 3 | 4 | 5 | 6 | 7 | 8 |
| 9 | 10 | 11 | 12 | 13 | 14 | 15 |
| 16 | 17 | 18 | 19 | 20 | 21 | 22 |
| 23 | 24 | 25 | 26 | 27 | 28 | 29 |
| 30 | | | | | | |

**JULY**

| S | M | T | W | T | F | S |
|---|---|---|---|---|---|---|
| | 1 | 2 | 3 | 4 | 5 | 6 |
| 7 | 8 | 9 | 10 | 11 | 12 | 13 |
| 14 | 15 | 16 | 17 | 18 | 19 | 20 |
| 21 | 22 | 23 | 24 | 25 | 26 | 27 |
| 28 | 29 | 30 | 31 | | | |

**AUGUST**

| S | M | T | W | T | F | S |
|---|---|---|---|---|---|---|
| | | | | 1 | 2 | 3 |
| 4 | 5 | 6 | 7 | 8 | 9 | 10 |
| 11 | 12 | 13 | 14 | 15 | 16 | 17 |
| 18 | 19 | 20 | 21 | 22 | 23 | 24 |
| 25 | 26 | 27 | 28 | 29 | 30 | 31 |

**SEPTEMBER**

| S | M | T | W | T | F | S |
|---|---|---|---|---|---|---|
| 1 | 2 | 3 | 4 | 5 | 6 | 7 |
| 8 | 9 | 10 | 11 | 12 | 13 | 14 |
| 15 | 16 | 17 | 18 | 19 | 20 | 21 |
| 22 | 23 | 24 | 25 | 26 | 27 | 28 |
| 29 | 30 | | | | | |

**OCTOBER**

| S | M | T | W | T | F | S |
|---|---|---|---|---|---|---|
| | | 1 | 2 | 3 | 4 | 5 |
| 6 | 7 | 8 | 9 | 10 | 11 | 12 |
| 13 | 14 | 15 | 16 | 17 | 18 | 19 |
| 20 | 21 | 22 | 23 | 24 | 25 | 26 |
| 27 | 28 | 29 | 30 | 31 | | |

**NOVEMBER**

| S | M | T | W | T | F | S |
|---|---|---|---|---|---|---|
| | | | | | 1 | 2 |
| 3 | 4 | 5 | 6 | 7 | 8 | 9 |
| 10 | 11 | 12 | 13 | 14 | 15 | 16 |
| 17 | 18 | 19 | 20 | 21 | 22 | 23 |
| 24 | 25 | 26 | 27 | 28 | 29 | 30 |

**DECEMBER**

| S | M | T | W | T | F | S |
|---|---|---|---|---|---|---|
| 1 | 2 | 3 | 4 | 5 | 6 | 7 |
| 8 | 9 | 10 | 11 | 12 | 13 | 14 |
| 15 | 16 | 17 | 18 | 19 | 20 | 21 |
| 22 | 23 | 24 | 25 | 26 | 27 | 28 |
| 29 | 30 | 31 | | | | |

## My Vision for 2019:

________________________________________

________________________________________

________________________________________

## My personal Goals for 2019:

________________________________________

1. ______________________________________
2. ______________________________________
3. ______________________________________

## My Favourite Inspirational Quote

________________________________________

*No act of kindness, no matter how small, is ever wasted.*
*Aesop*

Sundays have no task lists as you should rest at least one day a week. Whether it is the first or the last day of the week for you, Sunday is an ideal day to spend with your family.

# Notes:

# January

## Tuesday 1

7:00____________________
7:30____________________
8:00____________________
8:30____________________
9:00____________________
9:30____________________
10:00____________________
10:30____________________
11:00____________________
11:30____________________
12:00____________________
12:30____________________
1:00____________________
1:30____________________
2:00____________________
2:30____________________
3:00____________________
3:30____________________
4:00____________________
4:30____________________
5:00____________________
5:30____________________
6:00____________________
6:30____________________
7:00____________________
7:30____________________

### To do List

1.____________________
2.____________________
3.____________________
4.____________________
5.____________________
6.____________________
7.____________________
8.____________________
9.____________________
10.____________________

### Must do List

1.____________________
2.____________________
3.____________________
4.____________________

### Top Priority List

1.____________________
2.____________________
3.____________________

### Today's Achievements

1.____________________
2.____________________
3.____________________
4.____________________

### Notes:

*Today is the first day that you can make a difference in your life.*

*- Emma Frost*

# 2 Wednesday

# January

7:00______________________________
7:30______________________________
8:00______________________________
8:30______________________________
9:00______________________________
9:30______________________________
10:00_____________________________
10:30_____________________________
11:00_____________________________
11:30_____________________________
12:00_____________________________
12:30_____________________________
1:00______________________________
1:30______________________________
2:00______________________________
2:30______________________________
3:00______________________________
3:30______________________________
4:00______________________________
4:30______________________________
5:00______________________________
5:30______________________________
6:00______________________________
6:30______________________________
7:00______________________________
7:30______________________________

**To do List**

1.__________________________
2.__________________________
3.__________________________
4.__________________________
5.__________________________
6.__________________________
7.__________________________
8.__________________________
9.__________________________
10._________________________

**Must do List**

1.__________________________
2.__________________________
3.__________________________
4.__________________________

**Top Priority List**

1.__________________________
2.__________________________
3.__________________________

**Today's Achievements**

1.__________________________
2.__________________________
3.__________________________
4.__________________________

**Notes:**

*You're braver than you believe*
*and stronger than you seem,*
*and smarter than you think.*

*- Winnie the Pooh*

# January

## Thursday 3

7:00__________
7:30__________
8:00__________
8:30__________
9:00__________
9:30__________
10:00__________
10:30__________
11:00__________
11:30__________
12:00__________
12:30__________
1:00__________
1:30__________
2:00__________
2:30__________
3:00__________
3:30__________
4:00__________
4:30__________
5:00__________
5:30__________
6:00__________
6:30__________
7:00__________
7:30__________

### To do List

1.__________
2.__________
3.__________
4.__________
5.__________
6.__________
7.__________
8.__________
9.__________
10.__________

### Must do List

1.__________
2.__________
3.__________
4.__________

### Top Priority List

1.__________
2.__________
3.__________

### Today's Achievements

1.__________
2.__________
3.__________
4.__________

### Notes:

**JANUARY**

| S | M | T | W | T | F | S |
|---|---|---|---|---|---|---|
| 30 | 31 | 1 | 2 | 3 | 4 | 5 |
| 6 | 7 | 8 | 9 | 10 | 11 | 12 |
| 13 | 14 | 15 | 16 | 17 | 18 | 19 |
| 20 | 21 | 22 | 23 | 24 | 25 | 26 |
| 27 | 28 | 29 | 30 | 31 | 1 | 2 |

# 4 Friday January

7:00____________________
7:30____________________
8:00____________________
8:30____________________
9:00____________________
9:30____________________
10:00___________________
10:30___________________
11:00___________________
11:30___________________
12:00___________________
12:30___________________
1:00____________________
1:30____________________
2:00____________________
2:30____________________
3:00____________________
3:30____________________
4:00____________________
4:30____________________
5:00____________________
5:30____________________
6:00____________________
6:30____________________
7:00____________________
7:30____________________

**To do List**

1.____________________
2.____________________
3.____________________
4.____________________
5.____________________
6.____________________
7.____________________
8.____________________
9.____________________
10.___________________

**Must do List**

1.____________________
2.____________________
3.____________________
4.____________________

**Top Priority List**

1.____________________
2.____________________
3.____________________

**Today's Achievements**

1.____________________
2.____________________
3.____________________
4.____________________

**Notes:**

*Fake It Until You Make It! Act As If You Had All The Confidence You Require Until It Becomes Your Reality.*

*- Brian Tracy*

# January

## Saturday 5

7:00____________________
7:30____________________
8:00____________________
8:30____________________
9:00____________________
9:30____________________
10:00___________________
10:30___________________
11:00___________________
11:30___________________
12:00___________________
12:30___________________
1:00____________________
1:30____________________
2:00____________________
2:30____________________
3:00____________________
3:30____________________
4:00____________________
4:30____________________
5:00____________________
5:30____________________
6:00____________________
6:30____________________
7:00____________________
7:30____________________

### To do List

1.__________________
2.__________________
3.__________________
4.__________________
5.__________________
6.__________________
7.__________________
8.__________________
9.__________________
10._________________

### Must do List

1.__________________
2.__________________
3.__________________
4.__________________

### Top Priority List

1.__________________
2.__________________
3.__________________

### Today's Achievements

1.__________________
2.__________________
3.__________________
4.__________________

### Notes:

JANUARY

| S | M | T | W | T | F | S |
|---|---|---|---|---|---|---|
| 30 | 31 | 1 | 2 | 3 | 4 | 5 |
| 6 | 7 | 8 | 9 | 10 | 11 | 12 |
| 13 | 14 | 15 | 16 | 17 | 18 | 19 |
| 20 | 21 | 22 | 23 | 24 | 25 | 26 |
| 27 | 28 | 29 | 30 | 31 | 1 | 2 |

## 6 Sunday

## January

7:00____________________________________
7:30____________________________________
8:00____________________________________
8:30____________________________________
9:00____________________________________
9:30____________________________________
10:00___________________________________
10:30___________________________________
11:00___________________________________
11:30___________________________________
12:00___________________________________
12:30___________________________________
1:00____________________________________
1:30____________________________________
2:00____________________________________
2:30____________________________________
3:00____________________________________
3:30____________________________________
4:00____________________________________
4:30____________________________________
5:00____________________________________
5:30____________________________________
6:00____________________________________
6:30____________________________________
7:00____________________________________
7:30____________________________________

**Notes:**

*Don't judge each day by the harvest you reap but by the seeds that you plant.*

*- Robert Louis Stevenson*

# January

## Monday 7

7:00________________
7:30________________
8:00________________
8:30________________
9:00________________
9:30________________
10:00________________
10:30________________
11:00________________
11:30________________
12:00________________
12:30________________
1:00________________
1:30________________
2:00________________
2:30________________
3:00________________
3:30________________
4:00________________
4:30________________
5:00________________
5:30________________
6:00________________
6:30________________
7:00________________
7:30________________

### To do List

1.________________
2.________________
3.________________
4.________________
5.________________
6.________________
7.________________
8.________________
9.________________
10.________________

### Must do List

1.________________
2.________________
3.________________
4.________________

### Top Priority List

1.________________
2.________________
3.________________

### Today's Achievements

1.________________
2.________________
3.________________
4.________________

### Notes:

JANUARY

| S | M | T | W | T | F | S |
|---|---|---|---|---|---|---|
| 30 | 31 | 1 | 2 | 3 | 4 | 5 |
| 6 | 7 | 8 | 9 | 10 | 11 | 12 |
| 13 | 14 | 15 | 16 | 17 | 18 | 19 |
| 20 | 21 | 22 | 23 | 24 | 25 | 26 |
| 27 | 28 | 29 | 30 | 31 | 1 | 2 |

# 8 Tuesday

# January

7:00__________
7:30__________
8:00__________
8:30__________
9:00__________
9:30__________
10:00__________
10:30__________
11:00__________
11:30__________
12:00__________
12:30__________
1:00__________
1:30__________
2:00__________
2:30__________
3:00__________
3:30__________
4:00__________
4:30__________
5:00__________
5:30__________
6:00__________
6:30__________
7:00__________
7:30__________

**To do List**

1.__________
2.__________
3.__________
4.__________
5.__________
6.__________
7.__________
8.__________
9.__________
10.__________

**Must do List**

1.__________
2.__________
3.__________
4.__________

**Top Priority List**

1.__________
2.__________
3.__________

**Today's Achievements**

1.__________
2.__________
3.__________
4.__________

**Notes:**

*Take time to be kind and to say 'thank you.'*

*- Zig Ziglar*

# January

# Wednesday 9

7:00______
7:30______
8:00______
8:30______
9:00______
9:30______
10:00______
10:30______
11:00______
11:30______
12:00______
12:30______
1:00______
1:30______
2:00______
2:30______
3:00______
3:30______
4:00______
4:30______
5:00______
5:30______
6:00______
6:30______
7:00______
7:30______

## To do List

1.______
2.______
3.______
4.______
5.______
6.______
7.______
8.______
9.______
10.______

## Must do List

1.______
2.______
3.______
4.______

## Top Priority List

1.______
2.______
3.______

## Today's Achievements

1.______
2.______
3.______
4.______

## Notes:

JANUARY

| S | M | T | W | T | F | S |
|---|---|---|---|---|---|---|
| 30 | 31 | 1 | 2 | 3 | 4 | 5 |
| 6 | 7 | 8 | 9 | 10 | 11 | 12 |
| 13 | 14 | 15 | 16 | 17 | 18 | 19 |
| 20 | 21 | 22 | 23 | 24 | 25 | 26 |
| 27 | 28 | 29 | 30 | 31 | 1 | 2 |

# 10 Thursday

# January

7:00 __________
7:30 __________
8:00 __________
8:30 __________
9:00 __________
9:30 __________
10:00 __________
10:30 __________
11:00 __________
11:30 __________
12:00 __________
12:30 __________
1:00 __________
1:30 __________
2:00 __________
2:30 __________
3:00 __________
3:30 __________
4:00 __________
4:30 __________
5:00 __________
5:30 __________
6:00 __________
6:30 __________
7:00 __________
7:30 __________

## To do List

1. __________
2. __________
3. __________
4. __________
5. __________
6. __________
7. __________
8. __________
9. __________
10. __________

## Must do List

1. __________
2. __________
3. __________
4. __________

## Top Priority List

1. __________
2. __________
3. __________

## Today's Achievements

1. __________
2. __________
3. __________
4. __________

## Notes:

*You have everything you need to build something far bigger than yourself.*

*- Seth Godin*

# January

## Friday 11

7:00____________________
7:30____________________
8:00____________________
8:30____________________
9:00____________________
9:30____________________
10:00____________________
10:30____________________
11:00____________________
11:30____________________
12:00____________________
12:30____________________
1:00____________________
1:30____________________
2:00____________________
2:30____________________
3:00____________________
3:30____________________
4:00____________________
4:30____________________
5:00____________________
5:30____________________
6:00____________________
6:30____________________
7:00____________________
7:30____________________

### To do List

1. ____________________
2. ____________________
3. ____________________
4. ____________________
5. ____________________
6. ____________________
7. ____________________
8. ____________________
9. ____________________
10. ____________________

### Must do List

1. ____________________
2. ____________________
3. ____________________
4. ____________________

### Top Priority List

1. ____________________
2. ____________________
3. ____________________

### Today's Achievements

1. ____________________
2. ____________________
3. ____________________
4. ____________________

### Notes:

JANUARY

| S | M | T | W | T | F | S |
|---|---|---|---|---|---|---|
| 30 | 31 | 1 | 2 | 3 | 4 | 5 |
| 6 | 7 | 8 | 9 | 10 | 11 | 12 |
| 13 | 14 | 15 | 16 | 17 | 18 | 19 |
| 20 | 21 | 22 | 23 | 24 | 25 | 26 |
| 27 | 28 | 29 | 30 | 31 | 1 | 2 |

**12** **Saturday**

# January

7:00____________________
7:30____________________
8:00____________________
8:30____________________
9:00____________________
9:30____________________
10:00____________________
10:30____________________
11:00____________________
11:30____________________
12:00____________________
12:30____________________
1:00____________________
1:30____________________
2:00____________________
2:30____________________
3:00____________________
3:30____________________
4:00____________________
4:30____________________
5:00____________________
5:30____________________
6:00____________________
6:30____________________
7:00____________________
7:30____________________

### To do List

1.____________________
2.____________________
3.____________________
4.____________________
5.____________________
6.____________________
7.____________________
8.____________________
9.____________________
10.____________________

### Must do List

1.____________________
2.____________________
3.____________________
4.____________________

### Top Priority List

1.____________________
2.____________________
3.____________________

### Today's Achievements

1.____________________
2.____________________
3.____________________
4.____________________

### Notes:

*There are no shortcuts to any place worth going.*

*- Beverly Sills*

# January

**Sunday 13**

7:00________________
7:30________________
8:00________________
8:30________________
9:00________________
9:30________________
10:00________________
10:30________________
11:00________________
11:30________________
12:00________________
12:30________________
1:00________________
1:30________________
2:00________________
2:30________________
3:00________________
3:30________________
4:00________________
4:30________________
5:00________________
5:30________________
6:00________________
6:30________________
7:00________________
7:30________________

**Notes:**

**JANUARY**

| S | M | T | W | T | F | S |
|---|---|---|---|---|---|---|
| 30 | 31 | 1 | 2 | 3 | 4 | 5 |
| 6 | 7 | 8 | 9 | 10 | 11 | 12 |
| 13 | 14 | 15 | 16 | 17 | 18 | 19 |
| 20 | 21 | 22 | 23 | 24 | 25 | 26 |
| 27 | 28 | 29 | 30 | 31 | 1 | 2 |

# 14 Monday

# January

7:00____________________
7:30____________________
8:00____________________
8:30____________________
9:00____________________
9:30____________________
10:00____________________
10:30____________________
11:00____________________
11:30____________________
12:00____________________
12:30____________________
1:00____________________
1:30____________________
2:00____________________
2:30____________________
3:00____________________
3:30____________________
4:00____________________
4:30____________________
5:00____________________
5:30____________________
6:00____________________
6:30____________________
7:00____________________
7:30____________________

**To do List**

1.____________________
2.____________________
3.____________________
4.____________________
5.____________________
6.____________________
7.____________________
8.____________________
9.____________________
10.____________________

**Must do List**

1.____________________
2.____________________
3.____________________
4.____________________

**Top Priority List**

1.____________________
2.____________________
3.____________________

**Today's Achievements**

1.____________________
2.____________________
3.____________________
4.____________________

**Notes:**

*Everything is okay in the end, if it's not ok, then it's not the end.*

*- John Lennon*

# January

## Tuesday 15

7:00______
7:30______
8:00______
8:30______
9:00______
9:30______
10:00______
10:30______
11:00______
11:30______
12:00______
12:30______
1:00______
1:30______
2:00______
2:30______
3:00______
3:30______
4:00______
4:30______
5:00______
5:30______
6:00______
6:30______
7:00______
7:30______

**To do List**

1. ______
2. ______
3. ______
4. ______
5. ______
6. ______
7. ______
8. ______
9. ______
10. ______

**Must do List**

1. ______
2. ______
3. ______
4. ______

**Top Priority List**

1. ______
2. ______
3. ______

**Today's Achievements**

1. ______
2. ______
3. ______
4. ______

**Notes:**

JANUARY

| S | M | T | W | T | F | S |
|---|---|---|---|---|---|---|
| 30 | 31 | 1 | 2 | 3 | 4 | 5 |
| 6 | 7 | 8 | 9 | 10 | 11 | 12 |
| 13 | 14 | 15 | 16 | 17 | 18 | 19 |
| 20 | 21 | 22 | 23 | 24 | 25 | 26 |
| 27 | 28 | 29 | 30 | 31 | 1 | 2 |

# 16 Wednesday

# January

7:00____________________
7:30____________________
8:00____________________
8:30____________________
9:00____________________
9:30____________________
10:00____________________
10:30____________________
11:00____________________
11:30____________________
12:00____________________
12:30____________________
1:00____________________
1:30____________________
2:00____________________
2:30____________________
3:00____________________
3:30____________________
4:00____________________
4:30____________________
5:00____________________
5:30____________________
6:00____________________
6:30____________________
7:00____________________
7:30____________________

## To do List

1.____________________
2.____________________
3.____________________
4.____________________
5.____________________
6.____________________
7.____________________
8.____________________
9.____________________
10.____________________

## Must do List

1.____________________
2.____________________
3.____________________
4.____________________

## Top Priority List

1.____________________
2.____________________
3.____________________

## Today's Achievements

1.____________________
2.____________________
3.____________________
4.____________________

## Notes:

*A somebody was once a nobody who wanted to and did.*

*- John Burroughs*

# January

## Thursday 17

7:00____________________
7:30____________________
8:00____________________
8:30____________________
9:00____________________
9:30____________________
10:00____________________
10:30____________________
11:00____________________
11:30____________________
12:00____________________
12:30____________________
1:00____________________
1:30____________________
2:00____________________
2:30____________________
3:00____________________
3:30____________________
4:00____________________
4:30____________________
5:00____________________
5:30____________________
6:00____________________
6:30____________________
7:00____________________
7:30____________________

**To do List**

1.____________________
2.____________________
3.____________________
4.____________________
5.____________________
6.____________________
7.____________________
8.____________________
9.____________________
10.____________________

**Must do List**

1.____________________
2.____________________
3.____________________
4.____________________

**Top Priority List**

1.____________________
2.____________________
3.____________________

**Today's Achievements**

1.____________________
2.____________________
3.____________________
4.____________________

**Notes:**

JANUARY

| S | M | T | W | T | F | S |
|---|---|---|---|---|---|---|
| 30 | 31 | 1 | 2 | 3 | 4 | 5 |
| 6 | 7 | 8 | 9 | 10 | 11 | 12 |
| 13 | 14 | 15 | 16 | 17 | 18 | 19 |
| 20 | 21 | 22 | 23 | 24 | 25 | 26 |
| 27 | 28 | 29 | 30 | 31 | 1 | 2 |

# 18 Friday — January

7:00____________________
7:30____________________
8:00____________________
8:30____________________
9:00____________________
9:30____________________
10:00___________________
10:30___________________
11:00___________________
11:30___________________
12:00___________________
12:30___________________
1:00____________________
1:30____________________
2:00____________________
2:30____________________
3:00____________________
3:30____________________
4:00____________________
4:30____________________
5:00____________________
5:30____________________
6:00____________________
6:30____________________
7:00____________________
7:30____________________

**To do List**

1.____________________
2.____________________
3.____________________
4.____________________
5.____________________
6.____________________
7.____________________
8.____________________
9.____________________
10.___________________

**Must do List**

1.____________________
2.____________________
3.____________________
4.____________________

**Top Priority List**

1.____________________
2.____________________
3.____________________

**Today's Achievements**

1.____________________
2.____________________
3.____________________
4.____________________

**Notes:**

*Press forward. Do not stop, do not linger in your journey, but strive for the mark set before you.*

*- George Whitefield*

# January

## Saturday 19

7:00____________________
7:30____________________
8:00____________________
8:30____________________
9:00____________________
9:30____________________
10:00____________________
10:30____________________
11:00____________________
11:30____________________
12:00____________________
12:30____________________
1:00____________________
1:30____________________
2:00____________________
2:30____________________
3:00____________________
3:30____________________
4:00____________________
4:30____________________
5:00____________________
5:30____________________
6:00____________________
6:30____________________
7:00____________________
7:30____________________

### To do List

1. ____________________
2. ____________________
3. ____________________
4. ____________________
5. ____________________
6. ____________________
7. ____________________
8. ____________________
9. ____________________
10. ____________________

### Must do List

1. ____________________
2. ____________________
3. ____________________
4. ____________________

### Top Priority List

1. ____________________
2. ____________________
3. ____________________

### Today's Achievements

1. ____________________
2. ____________________
3. ____________________
4. ____________________

### Notes:

JANUARY

| S | M | T | W | T | F | S |
|---|---|---|---|---|---|---|
| 30 | 31 | 1 | 2 | 3 | 4 | 5 |
| 6 | 7 | 8 | 9 | 10 | 11 | 12 |
| 13 | 14 | 15 | 16 | 17 | 18 | 19 |
| 20 | 21 | 22 | 23 | 24 | 25 | 26 |
| 27 | 28 | 29 | 30 | 31 | 1 | 2 |

# 20 Sunday

# January

7:00____________________
7:30____________________
8:00____________________
8:30____________________
9:00____________________
9:30____________________
10:00____________________
10:30____________________
11:00____________________
11:30____________________
12:00____________________
12:30____________________
1:00____________________
1:30____________________
2:00____________________
2:30____________________
3:00____________________
3:30____________________
4:00____________________
4:30____________________
5:00____________________
5:30____________________
6:00____________________
6:30____________________
7:00____________________
7:30____________________

**Notes:**

*Walk away from anything or anyone who takes away from your joy. Life is too short to put up with fools.*

*- Unknown*

# January

## Monday 21

7:00____
7:30____
8:00____
8:30____
9:00____
9:30____
10:00____
10:30____
11:00____
11:30____
12:00____
12:30____
1:00____
1:30____
2:00____
2:30____
3:00____
3:30____
4:00____
4:30____
5:00____
5:30____
6:00____
6:30____
7:00____
7:30____

### To do List

1.
2.
3.
4.
5.
6.
7.
8.
9.
10.

### Must do List

1.
2.
3.
4.

### Top Priority List

1.
2.
3.

### Today's Achievements

1.
2.
3.
4.

### Notes:

JANUARY

| S | M | T | W | T | F | S |
|---|---|---|---|---|---|---|
| 30 | 31 | 1 | 2 | 3 | 4 | 5 |
| 6 | 7 | 8 | 9 | 10 | 11 | 12 |
| 13 | 14 | 15 | 16 | 17 | 18 | 19 |
| 20 | 21 | 22 | 23 | 24 | 25 | 26 |
| 27 | 28 | 29 | 30 | 31 | 1 | 2 |

# 22 Tuesday January

7:00____
7:30____
8:00____
8:30____
9:00____
9:30____
10:00____
10:30____
11:00____
11:30____
12:00____
12:30____
1:00____
1:30____
2:00____
2:30____
3:00____
3:30____
4:00____
4:30____
5:00____
5:30____
6:00____
6:30____
7:00____
7:30____

**To do List**

1. ____
2. ____
3. ____
4. ____
5. ____
6. ____
7. ____
8. ____
9. ____
10. ____

**Must do List**

1. ____
2. ____
3. ____
4. ____

**Top Priority List**

1. ____
2. ____
3. ____

**Today's Achievements**

1. ____
2. ____
3. ____
4. ____

**Notes:**

*One finds limits by pushing them.*

*- Herbert Simon*

# January

## Wednesday 23

7:00____________________
7:30____________________
8:00____________________
8:30____________________
9:00____________________
9:30____________________
10:00____________________
10:30____________________
11:00____________________
11:30____________________
12:00____________________
12:30____________________
1:00____________________
1:30____________________
2:00____________________
2:30____________________
3:00____________________
3:30____________________
4:00____________________
4:30____________________
5:00____________________
5:30____________________
6:00____________________
6:30____________________
7:00____________________
7:30____________________

### To do List

1.____________________
2.____________________
3.____________________
4.____________________
5.____________________
6.____________________
7.____________________
8.____________________
9.____________________
10.____________________

### Must do List

1.____________________
2.____________________
3.____________________
4.____________________

### Top Priority List

1.____________________
2.____________________
3.____________________

### Today's Achievements

1.____________________
2.____________________
3.____________________
4.____________________

### Notes:

JANUARY

| S | M | T | W | T | F | S |
|---|---|---|---|---|---|---|
| 30 | 31 | 1 | 2 | 3 | 4 | 5 |
| 6 | 7 | 8 | 9 | 10 | 11 | 12 |
| 13 | 14 | 15 | 16 | 17 | 18 | 19 |
| 20 | 21 | 22 | 23 | 24 | 25 | 26 |
| 27 | 28 | 29 | 30 | 31 | 1 | 2 |

## 24 Thursday

## January

7:00____________________
7:30____________________
8:00____________________
8:30____________________
9:00____________________
9:30____________________
10:00____________________
10:30____________________
11:00____________________
11:30____________________
12:00____________________
12:30____________________
1:00____________________
1:30____________________
2:00____________________
2:30____________________
3:00____________________
3:30____________________
4:00____________________
4:30____________________
5:00____________________
5:30____________________
6:00____________________
6:30____________________
7:00____________________
7:30____________________

### To do List

1.____________________
2.____________________
3.____________________
4.____________________
5.____________________
6.____________________
7.____________________
8.____________________
9.____________________
10.____________________

### Must do List

1.____________________
2.____________________
3.____________________
4.____________________

### Top Priority List

1.____________________
2.____________________
3.____________________

### Today's Achievements

1.____________________
2.____________________
3.____________________
4.____________________

### Notes:

*What lies behind you and what lies in front of you, pales in comparison to what lies inside of you.*

*- Ralph Waldo Emerson*

# January

## Friday 25

7:00 _____
7:30 _____
8:00 _____
8:30 _____
9:00 _____
9:30 _____
10:00 _____
10:30 _____
11:00 _____
11:30 _____
12:00 _____
12:30 _____
1:00 _____
1:30 _____
2:00 _____
2:30 _____
3:00 _____
3:30 _____
4:00 _____
4:30 _____
5:00 _____
5:30 _____
6:00 _____
6:30 _____
7:00 _____
7:30 _____

**To do List**

1. _____
2. _____
3. _____
4. _____
5. _____
6. _____
7. _____
8. _____
9. _____
10. _____

**Must do List**

1. _____
2. _____
3. _____
4. _____

**Top Priority List**

1. _____
2. _____
3. _____

**Today's Achievements**

1. _____
2. _____
3. _____
4. _____

**Notes:**

JANUARY

| S | M | T | W | T | F | S |
|---|---|---|---|---|---|---|
| 30 | 31 | 1 | 2 | 3 | 4 | 5 |
| 6 | 7 | 8 | 9 | 10 | 11 | 12 |
| 13 | 14 | 15 | 16 | 17 | 18 | 19 |
| 20 | 21 | 22 | 23 | 24 | 25 | 26 |
| 27 | 28 | 29 | 30 | 31 | 1 | 2 |

## 26 Saturday

## January

7:00____________________
7:30____________________
8:00____________________
8:30____________________
9:00____________________
9:30____________________
10:00____________________
10:30____________________
11:00____________________
11:30____________________
12:00____________________
12:30____________________
1:00____________________
1:30____________________
2:00____________________
2:30____________________
3:00____________________
3:30____________________
4:00____________________
4:30____________________
5:00____________________
5:30____________________
6:00____________________
6:30____________________
7:00____________________
7:30____________________

### To do List

1. ____________________
2. ____________________
3. ____________________
4. ____________________
5. ____________________
6. ____________________
7. ____________________
8. ____________________
9. ____________________
10. ____________________

### Must do List

1. ____________________
2. ____________________
3. ____________________
4. ____________________

### Top Priority List

1. ____________________
2. ____________________
3. ____________________

### Today's Achievements

1. ____________________
2. ____________________
3. ____________________
4. ____________________

### Notes:

*If we wait until we're ready, we'll be waiting for the rest of our lives.*

*- Lemony Snicket, The Ersatz Elevator*

# January

Sunday **27**

7:00____________________
7:30____________________
8:00____________________
8:30____________________
9:00____________________
9:30____________________
10:00___________________
10:30___________________
11:00___________________
11:30___________________
12:00___________________
12:30___________________
1:00____________________
1:30____________________
2:00____________________
2:30____________________
3:00____________________
3:30____________________
4:00____________________
4:30____________________
5:00____________________
5:30____________________
6:00____________________
6:30____________________
7:00____________________
7:30____________________

**Notes:**

JANUARY

| S | M | T | W | T | F | S |
|---|---|---|---|---|---|---|
| 30 | 31 | 1 | 2 | 3 | 4 | 5 |
| 6 | 7 | 8 | 9 | 10 | 11 | 12 |
| 13 | 14 | 15 | 16 | 17 | 18 | 19 |
| 20 | 21 | 22 | 23 | 24 | 25 | 26 |
| 27 | 28 | 29 | 30 | 31 | 1 | 2 |

## 28 Monday

## January

7:00____________________
7:30____________________
8:00____________________
8:30____________________
9:00____________________
9:30____________________
10:00____________________
10:30____________________
11:00____________________
11:30____________________
12:00____________________
12:30____________________
1:00____________________
1:30____________________
2:00____________________
2:30____________________
3:00____________________
3:30____________________
4:00____________________
4:30____________________
5:00____________________
5:30____________________
6:00____________________
6:30____________________
7:00____________________
7:30____________________

**To do List**

1.____________________
2.____________________
3.____________________
4.____________________
5.____________________
6.____________________
7.____________________
8.____________________
9.____________________
10.____________________

**Must do List**

1.____________________
2.____________________
3.____________________
4.____________________

**Top Priority List**

1.____________________
2.____________________
3.____________________

**Today's Achievements**

1.____________________
2.____________________
3.____________________
4.____________________

**Notes:**

*You failed. So what? Get over it! That was so yesterday. Today is a new day. Today you can succeed.*

*- Joyce Meyer*

# January

## Tuesday 29

7:00__________
7:30__________
8:00__________
8:30__________
9:00__________
9:30__________
10:00__________
10:30__________
11:00__________
11:30__________
12:00__________
12:30__________
1:00__________
1:30__________
2:00__________
2:30__________
3:00__________
3:30__________
4:00__________
4:30__________
5:00__________
5:30__________
6:00__________
6:30__________
7:00__________
7:30__________

### To do List

1.__________
2.__________
3.__________
4.__________
5.__________
6.__________
7.__________
8.__________
9.__________
10.__________

### Must do List

1.__________
2.__________
3.__________
4.__________

### Top Priority List

1.__________
2.__________
3.__________

### Today's Achievements

1.__________
2.__________
3.__________
4.__________

### Notes:

JANUARY

| S | M | T | W | T | F | S |
|---|---|---|---|---|---|---|
| 30 | 31 | 1 | 2 | 3 | 4 | 5 |
| 6 | 7 | 8 | 9 | 10 | 11 | 12 |
| 13 | 14 | 15 | 16 | 17 | 18 | 19 |
| 20 | 21 | 22 | 23 | 24 | 25 | 26 |
| 27 | 28 | 29 | 30 | 31 | 1 | 2 |

## 30 Wednesday

## January

7:00__________
7:30__________
8:00__________
8:30__________
9:00__________
9:30__________
10:00__________
10:30__________
11:00__________
11:30__________
12:00__________
12:30__________
1:00__________
1:30__________
2:00__________
2:30__________
3:00__________
3:30__________
4:00__________
4:30__________
5:00__________
5:30__________
6:00__________
6:30__________
7:00__________
7:30__________

### To do List

1. __________
2. __________
3. __________
4. __________
5. __________
6. __________
7. __________
8. __________
9. __________
10. __________

### Must do List

1. __________
2. __________
3. __________
4. __________

### Top Priority List

1. __________
2. __________
3. __________

### Today's Achievements

1. __________
2. __________
3. __________
4. __________

### Notes:

*The right thing and the easy thing are never the same.*

*- Kami Garcia, Beautiful Creatures*

# January

## Thursday 31

7:00____________________
7:30____________________
8:00____________________
8:30____________________
9:00____________________
9:30____________________
10:00____________________
10:30____________________
11:00____________________
11:30____________________
12:00____________________
12:30____________________
1:00____________________
1:30____________________
2:00____________________
2:30____________________
3:00____________________
3:30____________________
4:00____________________
4:30____________________
5:00____________________
5:30____________________
6:00____________________
6:30____________________
7:00____________________
7:30____________________

**To do List**

1. ____________________
2. ____________________
3. ____________________
4. ____________________
5. ____________________
6. ____________________
7. ____________________
8. ____________________
9. ____________________
10. ____________________

**Must do List**

1. ____________________
2. ____________________
3. ____________________
4. ____________________

**Top Priority List**

1. ____________________
2. ____________________
3. ____________________

**Today's Achievements**

1. ____________________
2. ____________________
3. ____________________
4. ____________________

**Notes:**

**JANUARY**

| S | M | T | W | T | F | S |
|---|---|---|---|---|---|---|
| 30 | 31 | 1 | 2 | 3 | 4 | 5 |
| 6 | 7 | 8 | 9 | 10 | 11 | 12 |
| 13 | 14 | 15 | 16 | 17 | 18 | 19 |
| 20 | 21 | 22 | 23 | 24 | 25 | 26 |
| 27 | 28 | 29 | 30 | 31 | 1 | 2 |

## 1 Friday

# February

7:00____________________
7:30____________________
8:00____________________
8:30____________________
9:00____________________
9:30____________________
10:00____________________
10:30____________________
11:00____________________
11:30____________________
12:00____________________
12:30____________________
1:00____________________
1:30____________________
2:00____________________
2:30____________________
3:00____________________
3:30____________________
4:00____________________
4:30____________________
5:00____________________
5:30____________________
6:00____________________
6:30____________________
7:00____________________
7:30____________________

### To do List

1.____________________
2.____________________
3.____________________
4.____________________
5.____________________
6.____________________
7.____________________
8.____________________
9.____________________
10.____________________

### Must do List

1.____________________
2.____________________
3.____________________
4.____________________

### Top Priority List

1.____________________
2.____________________
3.____________________

### Today's Achievements

1.____________________
2.____________________
3.____________________
4.____________________

### Notes:

*Your present circumstances don't determine where you can go; they merely determine where you start.*

*- Nido Qubein*

# February

## Saturday 2

7:00 ____________________
7:30 ____________________
8:00 ____________________
8:30 ____________________
9:00 ____________________
9:30 ____________________
10:00 ____________________
10:30 ____________________
11:00 ____________________
11:30 ____________________
12:00 ____________________
12:30 ____________________
1:00 ____________________
1:30 ____________________
2:00 ____________________
2:30 ____________________
3:00 ____________________
3:30 ____________________
4:00 ____________________
4:30 ____________________
5:00 ____________________
5:30 ____________________
6:00 ____________________
6:30 ____________________
7:00 ____________________
7:30 ____________________

**To do List**

1. ____________________
2. ____________________
3. ____________________
4. ____________________
5. ____________________
6. ____________________
7. ____________________
8. ____________________
9. ____________________
10. ____________________

**Must do List**

1. ____________________
2. ____________________
3. ____________________
4. ____________________

**Top Priority List**

1. ____________________
2. ____________________
3. ____________________

**Today's Achievements**

1. ____________________
2. ____________________
3. ____________________
4. ____________________

**Notes:**

FEBRUARY

| S | M | T | W | T | F | S |
|---|---|---|---|---|---|---|
| 27 | 28 | 29 | 30 | 31 | 1 | 2 |
| 3 | 4 | 5 | 6 | 7 | 8 | 9 |
| 10 | 11 | 12 | 13 | 14 | 15 | 16 |
| 17 | 18 | 19 | 20 | 21 | 22 | 23 |
| 24 | 25 | 26 | 27 | 28 | 1 | 2 |

## 3 Sunday

## February

7:00______________________________
7:30______________________________
8:00______________________________
8:30______________________________
9:00______________________________
9:30______________________________
10:00_____________________________
10:30_____________________________
11:00_____________________________
11:30_____________________________
12:00_____________________________
12:30_____________________________
1:00______________________________
1:30______________________________
2:00______________________________
2:30______________________________
3:00______________________________
3:30______________________________
4:00______________________________
4:30______________________________
5:00______________________________
5:30______________________________
6:00______________________________
6:30______________________________
7:00______________________________
7:30______________________________

**Notes:**

*There's no need to wait for the bad things and bullshit to be over. Change now. Love now. Live now.*

*- Kris Carr*

# February

## Monday 4

7:00

7:30

8:00

8:30

9:00

9:30

10:00

10:30

11:00

11:30

12:00

12:30

1:00

1:30

2:00

2:30

3:00

3:30

4:00

4:30

5:00

5:30

6:00

6:30

7:00

7:30

**To do List**

1.
2.
3.
4.
5.
6.
7.
8.
9.
10.

**Must do List**

1.
2.
3.
4.

**Top Priority List**

1.
2.
3.

**Today's Achievements**

1.
2.
3.
4.

**Notes:**

FEBRUARY

| S | M | T | W | T | F | S |
|---|---|---|---|---|---|---|
| 27 | 28 | 29 | 30 | 31 | 1 | 2 |
| 3 | 4 | 5 | 6 | 7 | 8 | 9 |
| 10 | 11 | 12 | 13 | 14 | 15 | 16 |
| 17 | 18 | 19 | 20 | 21 | 22 | 23 |
| 24 | 25 | 26 | 27 | 28 | 1 | 2 |

## 5 Tuesday

## February

7:00____________________
7:30____________________
8:00____________________
8:30____________________
9:00____________________
9:30____________________
10:00____________________
10:30____________________
11:00____________________
11:30____________________
12:00____________________
12:30____________________
1:00____________________
1:30____________________
2:00____________________
2:30____________________
3:00____________________
3:30____________________
4:00____________________
4:30____________________
5:00____________________
5:30____________________
6:00____________________
6:30____________________
7:00____________________
7:30____________________

### To do List

1. ____________________
2. ____________________
3. ____________________
4. ____________________
5. ____________________
6. ____________________
7. ____________________
8. ____________________
9. ____________________
10. ____________________

### Must do List

1. ____________________
2. ____________________
3. ____________________
4. ____________________

### Top Priority List

1. ____________________
2. ____________________
3. ____________________

### Today's Achievements

1. ____________________
2. ____________________
3. ____________________
4. ____________________

### Notes:

*All we have to decide is what to do with the time that is given to us.*

*- Gandalf*

# February

## Wednesday 6

7:00____________________
7:30____________________
8:00____________________
8:30____________________
9:00____________________
9:30____________________
10:00____________________
10:30____________________
11:00____________________
11:30____________________
12:00____________________
12:30____________________
1:00____________________
1:30____________________
2:00____________________
2:30____________________
3:00____________________
3:30____________________
4:00____________________
4:30____________________
5:00____________________
5:30____________________
6:00____________________
6:30____________________
7:00____________________
7:30____________________

### To do List

1. ____________________
2. ____________________
3. ____________________
4. ____________________
5. ____________________
6. ____________________
7. ____________________
8. ____________________
9. ____________________
10. ____________________

### Must do List

1. ____________________
2. ____________________
3. ____________________
4. ____________________

### Top Priority List

1. ____________________
2. ____________________
3. ____________________

### Today's Achievements

1. ____________________
2. ____________________
3. ____________________
4. ____________________

### Notes:

FEBRUARY

| S | M | T | W | T | F | S |
|---|---|---|---|---|---|---|
| 27 | 28 | 29 | 30 | 31 | 1 | 2 |
| 3 | 4 | 5 | 6 | 7 | 8 | 9 |
| 10 | 11 | 12 | 13 | 14 | 15 | 16 |
| 17 | 18 | 19 | 20 | 21 | 22 | 23 |
| 24 | 25 | 26 | 27 | 28 | 1 | 2 |

# 7 Thursday

# February

7:00__________
7:30__________
8:00__________
8:30__________
9:00__________
9:30__________
10:00__________
10:30__________
11:00__________
11:30__________
12:00__________
12:30__________
1:00__________
1:30__________
2:00__________
2:30__________
3:00__________
3:30__________
4:00__________
4:30__________
5:00__________
5:30__________
6:00__________
6:30__________
7:00__________
7:30__________

**To do List**

1. __________
2. __________
3. __________
4. __________
5. __________
6. __________
7. __________
8. __________
9. __________
10. __________

**Must do List**

1. __________
2. __________
3. __________
4. __________

**Top Priority List**

1. __________
2. __________
3. __________

**Today's Achievements**

1. __________
2. __________
3. __________
4. __________

**Notes:**

*A ship in harbor is safe, but that is not what ships are built for.*

*- John A. Shedd*

# February

Friday 8

7:00
7:30
8:00
8:30
9:00
9:30
10:00
10:30
11:00
11:30
12:00
12:30
1:00
1:30
2:00
2:30
3:00
3:30
4:00
4:30
5:00
5:30
6:00
6:30
7:00
7:30

**To do List**

1.
2.
3.
4.
5.
6.
7.
8.
9.
10.

**Must do List**

1.
2.
3.
4.

**Top Priority List**

1.
2.
3.

**Today's Achievements**

1.
2.
3.
4.

**Notes:**

FEBRUARY

| S | M | T | W | T | F | S |
|---|---|---|---|---|---|---|
| 27 | 28 | 29 | 30 | 31 | 1 | 2 |
| 3 | 4 | 5 | 6 | 7 | 8 | 9 |
| 10 | 11 | 12 | 13 | 14 | 15 | 16 |
| 17 | 18 | 19 | 20 | 21 | 22 | 23 |
| 24 | 25 | 26 | 27 | 28 | 1 | 2 |

## 9 Saturday

# February

7:00____________________
7:30____________________
8:00____________________
8:30____________________
9:00____________________
9:30____________________
10:00____________________
10:30____________________
11:00____________________
11:30____________________
12:00____________________
12:30____________________
1:00____________________
1:30____________________
2:00____________________
2:30____________________
3:00____________________
3:30____________________
4:00____________________
4:30____________________
5:00____________________
5:30____________________
6:00____________________
6:30____________________
7:00____________________
7:30____________________

**To do List**

1.____________________
2.____________________
3.____________________
4.____________________
5.____________________
6.____________________
7.____________________
8.____________________
9.____________________
10.____________________

**Must do List**

1.____________________
2.____________________
3.____________________
4.____________________

**Top Priority List**

1.____________________
2.____________________
3.____________________

**Today's Achievements**

1.____________________
2.____________________
3.____________________
4.____________________

**Notes:**

*Nothing in the universe can stop you from letting go and starting over.*

*- Guy Finley*

# February

## Sunday 10

7:00____________________
7:30____________________
8:00____________________
8:30____________________
9:00____________________
9:30____________________
10:00____________________
10:30____________________
11:00____________________
11:30____________________
12:00____________________
12:30____________________
1:00____________________
1:30____________________
2:00____________________
2:30____________________
3:00____________________
3:30____________________
4:00____________________
4:30____________________
5:00____________________
5:30____________________
6:00____________________
6:30____________________
7:00____________________
7:30____________________

**Notes:**

FEBRUARY

| S | M | T | W | T | F | S |
|---|---|---|---|---|---|---|
| 27 | 28 | 29 | 30 | 31 | 1 | 2 |
| 3 | 4 | 5 | 6 | 7 | 8 | 9 |
| 10 | 11 | 12 | 13 | 14 | 15 | 16 |
| 17 | 18 | 19 | 20 | 21 | 22 | 23 |
| 24 | 25 | 26 | 27 | 28 | 1 | 2 |

## 11 Monday

# February

7:00____________________
7:30____________________
8:00____________________
8:30____________________
9:00____________________
9:30____________________
10:00____________________
10:30____________________
11:00____________________
11:30____________________
12:00____________________
12:30____________________
1:00____________________
1:30____________________
2:00____________________
2:30____________________
3:00____________________
3:30____________________
4:00____________________
4:30____________________
5:00____________________
5:30____________________
6:00____________________
6:30____________________
7:00____________________
7:30____________________

### To do List

1. ____________________
2. ____________________
3. ____________________
4. ____________________
5. ____________________
6. ____________________
7. ____________________
8. ____________________
9. ____________________
10. ____________________

### Must do List

1. ____________________
2. ____________________
3. ____________________
4. ____________________

### Top Priority List

1. ____________________
2. ____________________
3. ____________________

### Today's Achievements

1. ____________________
2. ____________________
3. ____________________
4. ____________________

### Notes:

*If you hit the target every time,
it's too near or too big.*

*- Tom Hirshfield*

# February

## Tuesday 12

7:00
7:30
8:00
8:30
9:00
9:30
10:00
10:30
11:00
11:30
12:00
12:30
1:00
1:30
2:00
2:30
3:00
3:30
4:00
4:30
5:00
5:30
6:00
6:30
7:00
7:30

**To do List**

1.
2.
3.
4.
5.
6.
7.
8.
9.
10.

**Must do List**

1.
2.
3.
4.

**Top Priority List**

1.
2.
3.

**Today's Achievements**

1.
2.
3.
4.

**Notes:**

FEBRUARY

| S | M | T | W | T | F | S |
|---|---|---|---|---|---|---|
| 27 | 28 | 29 | 30 | 31 | 1 | 2 |
| 3 | 4 | 5 | 6 | 7 | 8 | 9 |
| 10 | 11 | 12 | 13 | 14 | 15 | 16 |
| 17 | 18 | 19 | 20 | 21 | 22 | 23 |
| 24 | 25 | 26 | 27 | 28 | 1 | 2 |

# 13 Wednesday

# February

7:00____________________
7:30____________________
8:00____________________
8:30____________________
9:00____________________
9:30____________________
10:00____________________
10:30____________________
11:00____________________
11:30____________________
12:00____________________
12:30____________________
1:00____________________
1:30____________________
2:00____________________
2:30____________________
3:00____________________
3:30____________________
4:00____________________
4:30____________________
5:00____________________
5:30____________________
6:00____________________
6:30____________________
7:00____________________
7:30____________________

## To do List

1.____________________
2.____________________
3.____________________
4.____________________
5.____________________
6.____________________
7.____________________
8.____________________
9.____________________
10.____________________

## Must do List

1.____________________
2.____________________
3.____________________
4.____________________

## Top Priority List

1.____________________
2.____________________
3.____________________

## Today's Achievements

1.____________________
2.____________________
3.____________________
4.____________________

## Notes:

*One way to keep momentum going is to have constantly greater goals.*

*- Michael Korda*

# February

## Thursday 14

7:00 ______
7:30 ______
8:00 ______
8:30 ______
9:00 ______
9:30 ______
10:00 ______
10:30 ______
11:00 ______
11:30 ______
12:00 ______
12:30 ______
1:00 ______
1:30 ______
2:00 ______
2:30 ______
3:00 ______
3:30 ______
4:00 ______
4:30 ______
5:00 ______
5:30 ______
6:00 ______
6:30 ______
7:00 ______
7:30 ______

**To do List**

1. ______
2. ______
3. ______
4. ______
5. ______
6. ______
7. ______
8. ______
9. ______
10. ______

**Must do List**

1. ______
2. ______
3. ______
4. ______

**Top Priority List**

1. ______
2. ______
3. ______

**Today's Achievements**

1. ______
2. ______
3. ______
4. ______

**Notes:**

FEBRUARY

| S | M | T | W | T | F | S |
|---|---|---|---|---|---|---|
| 27 | 28 | 29 | 30 | 31 | 1 | 2 |
| 3 | 4 | 5 | 6 | 7 | 8 | 9 |
| 10 | 11 | 12 | 13 | 14 | 15 | 16 |
| 17 | 18 | 19 | 20 | 21 | 22 | 23 |
| 24 | 25 | 26 | 27 | 28 | 1 | 2 |

# 15 Friday

# February

7:00________________
7:30________________
8:00________________
8:30________________
9:00________________
9:30________________
10:00________________
10:30________________
11:00________________
11:30________________
12:00________________
12:30________________
1:00________________
1:30________________
2:00________________
2:30________________
3:00________________
3:30________________
4:00________________
4:30________________
5:00________________
5:30________________
6:00________________
6:30________________
7:00________________
7:30________________

## To do List

1. ________________
2. ________________
3. ________________
4. ________________
5. ________________
6. ________________
7. ________________
8. ________________
9. ________________
10. ________________

## Must do List

1. ________________
2. ________________
3. ________________
4. ________________

## Top Priority List

1. ________________
2. ________________
3. ________________

## Today's Achievements

1. ________________
2. ________________
3. ________________
4. ________________

## Notes:

*You can't wait for inspiration. You have to go after it with a club.*

*- Jack London*

# February

## Saturday 16

7:00
7:30
8:00
8:30
9:00
9:30
10:00
10:30
11:00
11:30
12:00
12:30
1:00
1:30
2:00
2:30
3:00
3:30
4:00
4:30
5:00
5:30
6:00
6:30
7:00
7:30

**To do List**

1.
2.
3.
4.
5.
6.
7.
8.
9.
10.

**Must do List**

1.
2.
3.
4.

**Top Priority List**

1.
2.
3.

**Today's Achievements**

1.
2.
3.
4.

**Notes:**

FEBRUARY

| S | M | T | W | T | F | S |
|---|---|---|---|---|---|---|
| 27 | 28 | 29 | 30 | 31 | 1 | 2 |
| 3 | 4 | 5 | 6 | 7 | 8 | 9 |
| 10 | 11 | 12 | 13 | 14 | 15 | 16 |
| 17 | 18 | 19 | 20 | 21 | 22 | 23 |
| 24 | 25 | 26 | 27 | 28 | 1 | 2 |

# 17 Sunday

# February

7:00______________________________

7:30______________________________

8:00______________________________

8:30______________________________

9:00______________________________

9:30______________________________

10:00_____________________________

10:30_____________________________

11:00_____________________________

11:30_____________________________

12:00_____________________________

12:30_____________________________

1:00______________________________

1:30______________________________

2:00______________________________

2:30______________________________

3:00______________________________

3:30______________________________

4:00______________________________

4:30______________________________

5:00______________________________

5:30______________________________

6:00______________________________

6:30______________________________

7:00______________________________

7:30______________________________

**Notes:**

*Even if you are on the right track, you'll get run over if you just sit there.*

*- Will Rogers*

# February

**Monday 18**

7:00 ______
7:30 ______
8:00 ______
8:30 ______
9:00 ______
9:30 ______
10:00 ______
10:30 ______
11:00 ______
11:30 ______
12:00 ______
12:30 ______
1:00 ______
1:30 ______
2:00 ______
2:30 ______
3:00 ______
3:30 ______
4:00 ______
4:30 ______
5:00 ______
5:30 ______
6:00 ______
6:30 ______
7:00 ______
7:30 ______

**To do List**

1. ______
2. ______
3. ______
4. ______
5. ______
6. ______
7. ______
8. ______
9. ______
10. ______

**Must do List**

1. ______
2. ______
3. ______
4. ______

**Top Priority List**

1. ______
2. ______
3. ______

**Today's Achievements**

1. ______
2. ______
3. ______
4. ______

**Notes:**

FEBRUARY

| S | M | T | W | T | F | S |
|---|---|---|---|---|---|---|
| 27 | 28 | 29 | 30 | 31 | 1 | 2 |
| 3 | 4 | 5 | 6 | 7 | 8 | 9 |
| 10 | 11 | 12 | 13 | 14 | 15 | 16 |
| 17 | 18 | 19 | 20 | 21 | 22 | 23 |
| 24 | 25 | 26 | 27 | 28 | 1 | 2 |

# 19 Tuesday February

7:00______
7:30______
8:00______
8:30______
9:00______
9:30______
10:00______
10:30______
11:00______
11:30______
12:00______
12:30______
1:00______
1:30______
2:00______
2:30______
3:00______
3:30______
4:00______
4:30______
5:00______
5:30______
6:00______
6:30______
7:00______
7:30______

**To do List**

1.______
2.______
3.______
4.______
5.______
6.______
7.______
8.______
9.______
10.______

**Must do List**

1.______
2.______
3.______
4.______

**Top Priority List**

1.______
2.______
3.______

**Today's Achievements**

1.______
2.______
3.______
4.______

**Notes:**

*The difference between stumbling blocks and stepping stones is how you use them.*

*- Benny Lewis*

# February

## Wednesday 20

7:00____________________
7:30____________________
8:00____________________
8:30____________________
9:00____________________
9:30____________________
10:00____________________
10:30____________________
11:00____________________
11:30____________________
12:00____________________
12:30____________________
1:00____________________
1:30____________________
2:00____________________
2:30____________________
3:00____________________
3:30____________________
4:00____________________
4:30____________________
5:00____________________
5:30____________________
6:00____________________
6:30____________________
7:00____________________
7:30____________________

**To do List**

1. ____________________
2. ____________________
3. ____________________
4. ____________________
5. ____________________
6. ____________________
7. ____________________
8. ____________________
9. ____________________
10. ____________________

**Must do List**

1. ____________________
2. ____________________
3. ____________________
4. ____________________

**Top Priority List**

1. ____________________
2. ____________________
3. ____________________

**Today's Achievements**

1. ____________________
2. ____________________
3. ____________________
4. ____________________

**Notes:**

FEBRUARY

| S | M | T | W | T | F | S |
|---|---|---|---|---|---|---|
| 27 | 28 | 29 | 30 | 31 | 1 | 2 |
| 3 | 4 | 5 | 6 | 7 | 8 | 9 |
| 10 | 11 | 12 | 13 | 14 | 15 | 16 |
| 17 | 18 | 19 | 20 | 21 | 22 | 23 |
| 24 | 25 | 26 | 27 | 28 | 1 | 2 |

## 21 Thursday

## February

7:00__________
7:30__________
8:00__________
8:30__________
9:00__________
9:30__________
10:00__________
10:30__________
11:00__________
11:30__________
12:00__________
12:30__________
1:00__________
1:30__________
2:00__________
2:30__________
3:00__________
3:30__________
4:00__________
4:30__________
5:00__________
5:30__________
6:00__________
6:30__________
7:00__________
7:30__________

### To do List

1.__________
2.__________
3.__________
4.__________
5.__________
6.__________
7.__________
8.__________
9.__________
10.__________

### Must do List

1.__________
2.__________
3.__________
4.__________

### Top Priority List

1.__________
2.__________
3.__________

### Today's Achievements

1.__________
2.__________
3.__________
4.__________

### Notes:

*Though no one can go back and make a brand new start, anyone can start from now and make a brand new ending.*

*- Carl Bard*

# February

Friday 22

7:00
7:30
8:00
8:30
9:00
9:30
10:00
10:30
11:00
11:30
12:00
12:30
1:00
1:30
2:00
2:30
3:00
3:30
4:00
4:30
5:00
5:30
6:00
6:30
7:00
7:30

**To do List**

1.
2.
3.
4.
5.
6.
7.
8.
9.
10.

**Must do List**

1.
2.
3.
4.

**Top Priority List**

1.
2.
3.

**Today's Achievements**

1.
2.
3.
4.

**Notes:**

FEBRUARY

| S | M | T | W | T | F | S |
|---|---|---|---|---|---|---|
| 27 | 28 | 29 | 30 | 31 | 1 | 2 |
| 3 | 4 | 5 | 6 | 7 | 8 | 9 |
| 10 | 11 | 12 | 13 | 14 | 15 | 16 |
| 17 | 18 | 19 | 20 | 21 | 22 | 23 |
| 24 | 25 | 26 | 27 | 28 | 1 | 2 |

# 23 Saturday

# February

7:00 ____________________
7:30 ____________________
8:00 ____________________
8:30 ____________________
9:00 ____________________
9:30 ____________________
10:00 ____________________
10:30 ____________________
11:00 ____________________
11:30 ____________________
12:00 ____________________
12:30 ____________________
1:00 ____________________
1:30 ____________________
2:00 ____________________
2:30 ____________________
3:00 ____________________
3:30 ____________________
4:00 ____________________
4:30 ____________________
5:00 ____________________
5:30 ____________________
6:00 ____________________
6:30 ____________________
7:00 ____________________
7:30 ____________________

**To do List**

1. ____________________
2. ____________________
3. ____________________
4. ____________________
5. ____________________
6. ____________________
7. ____________________
8. ____________________
9. ____________________
10. ____________________

**Must do List**

1. ____________________
2. ____________________
3. ____________________
4. ____________________

**Top Priority List**

1. ____________________
2. ____________________
3. ____________________

**Today's Achievements**

1. ____________________
2. ____________________
3. ____________________
4. ____________________

**Notes:**

*No matter what people tell you, words and ideas can change the world.*

*- Robin Williams*

# February

## Sunday 24

7:00______________________________
7:30______________________________
8:00______________________________
8:30______________________________
9:00______________________________
9:30______________________________
10:00_____________________________
10:30_____________________________
11:00_____________________________
11:30_____________________________
12:00_____________________________
12:30_____________________________
1:00______________________________
1:30______________________________
2:00______________________________
2:30______________________________
3:00______________________________
3:30______________________________
4:00______________________________
4:30______________________________
5:00______________________________
5:30______________________________
6:00______________________________
6:30______________________________
7:00______________________________
7:30______________________________

**Notes:**

**FEBRUARY**

| S | M | T | W | T | F | S |
|---|---|---|---|---|---|---|
| 27 | 28 | 29 | 30 | 31 | 1 | 2 |
| 3 | 4 | 5 | 6 | 7 | 8 | 9 |
| 10 | 11 | 12 | 13 | 14 | 15 | 16 |
| 17 | 18 | 19 | 20 | 21 | 22 | 23 |
| 24 | 25 | 26 | 27 | 28 | 1 | 2 |

# 25 Monday

# February

7:00__________
7:30__________
8:00__________
8:30__________
9:00__________
9:30__________
10:00__________
10:30__________
11:00__________
11:30__________
12:00__________
12:30__________
1:00__________
1:30__________
2:00__________
2:30__________
3:00__________
3:30__________
4:00__________
4:30__________
5:00__________
5:30__________
6:00__________
6:30__________
7:00__________
7:30__________

**To do List**

1. __________
2. __________
3. __________
4. __________
5. __________
6. __________
7. __________
8. __________
9. __________
10. __________

**Must do List**

1. __________
2. __________
3. __________
4. __________

**Top Priority List**

1. __________
2. __________
3. __________

**Today's Achievements**

1. __________
2. __________
3. __________
4. __________

**Notes:**

*Accept responsibility for your life. Know that it is you who will get you where you want to go, no one else.*

*- Les Brown*

# February

## Tuesday 26

7:00____________________
7:30____________________
8:00____________________
8:30____________________
9:00____________________
9:30____________________
10:00____________________
10:30____________________
11:00____________________
11:30____________________
12:00____________________
12:30____________________
1:00____________________
1:30____________________
2:00____________________
2:30____________________
3:00____________________
3:30____________________
4:00____________________
4:30____________________
5:00____________________
5:30____________________
6:00____________________
6:30____________________
7:00____________________
7:30____________________

**To do List**

1. ____________________
2. ____________________
3. ____________________
4. ____________________
5. ____________________
6. ____________________
7. ____________________
8. ____________________
9. ____________________
10. ____________________

**Must do List**

1. ____________________
2. ____________________
3. ____________________
4. ____________________

**Top Priority List**

1. ____________________
2. ____________________
3. ____________________

**Today's Achievements**

1. ____________________
2. ____________________
3. ____________________
4. ____________________

**Notes:**

FEBRUARY

| S | M | T | W | T | F | S |
|---|---|---|---|---|---|---|
| 27 | 28 | 29 | 30 | 31 | 1 | 2 |
| 3 | 4 | 5 | 6 | 7 | 8 | 9 |
| 10 | 11 | 12 | 13 | 14 | 15 | 16 |
| 17 | 18 | 19 | 20 | 21 | 22 | 23 |
| 24 | 25 | 26 | 27 | 28 | 1 | 2 |

## 27 Wednesday

## February

7:00__________
7:30__________
8:00__________
8:30__________
9:00__________
9:30__________
10:00__________
10:30__________
11:00__________
11:30__________
12:00__________
12:30__________
1:00__________
1:30__________
2:00__________
2:30__________
3:00__________
3:30__________
4:00__________
4:30__________
5:00__________
5:30__________
6:00__________
6:30__________
7:00__________
7:30__________

### To do List

1. __________
2. __________
3. __________
4. __________
5. __________
6. __________
7. __________
8. __________
9. __________
10. __________

### Must do List

1. __________
2. __________
3. __________
4. __________

### Top Priority List

1. __________
2. __________
3. __________

### Today's Achievements

1. __________
2. __________
3. __________
4. __________

### Notes:

*Many great ideas have been lost because the people who had them could not stand being laughed at.*

*- Unknown*

# February

## Thursday 28

7:00 ____
7:30 ____
8:00 ____
8:30 ____
9:00 ____
9:30 ____
10:00 ____
10:30 ____
11:00 ____
11:30 ____
12:00 ____
12:30 ____
1:00 ____
1:30 ____
2:00 ____
2:30 ____
3:00 ____
3:30 ____
4:00 ____
4:30 ____
5:00 ____
5:30 ____
6:00 ____
6:30 ____
7:00 ____
7:30 ____

**To do List**

1. ____
2. ____
3. ____
4. ____
5. ____
6. ____
7. ____
8. ____
9. ____
10. ____

**Must do List**

1. ____
2. ____
3. ____
4. ____

**Top Priority List**

1. ____
2. ____
3. ____

**Today's Achievements**

1. ____
2. ____
3. ____
4. ____

**Notes:**

MARCH

| S | M | T | W | T | F | S |
|---|---|---|---|---|---|---|
| 24 | 25 | 26 | 27 | 28 | 1 | 2 |
| 3 | 4 | 5 | 6 | 7 | 8 | 9 |
| 10 | 11 | 12 | 13 | 14 | 15 | 16 |
| 17 | 18 | 19 | 20 | 21 | 22 | 23 |
| 24 | 25 | 26 | 27 | 28 | 29 | 30 |

# 1 Friday

# March

7:00____________________
7:30____________________
8:00____________________
8:30____________________
9:00____________________
9:30____________________
10:00____________________
10:30____________________
11:00____________________
11:30____________________
12:00____________________
12:30____________________
1:00____________________
1:30____________________
2:00____________________
2:30____________________
3:00____________________
3:30____________________
4:00____________________
4:30____________________
5:00____________________
5:30____________________
6:00____________________
6:30____________________
7:00____________________
7:30____________________

## To do List

1.____________________
2.____________________
3.____________________
4.____________________
5.____________________
6.____________________
7.____________________
8.____________________
9.____________________
10.____________________

## Must do List

1.____________________
2.____________________
3.____________________
4.____________________

## Top Priority List

1.____________________
2.____________________
3.____________________

## Today's Achievements

1.____________________
2.____________________
3.____________________
4.____________________

## Notes:

*Don't be afraid of living the life you dream about*

*- Emma Frost*

# March

## Saturday 2

7:00__________
7:30__________
8:00__________
8:30__________
9:00__________
9:30__________
10:00__________
10:30__________
11:00__________
11:30__________
12:00__________
12:30__________
1:00__________
1:30__________
2:00__________
2:30__________
3:00__________
3:30__________
4:00__________
4:30__________
5:00__________
5:30__________
6:00__________
6:30__________
7:00__________
7:30__________

**To do List**

1.__________
2.__________
3.__________
4.__________
5.__________
6.__________
7.__________
8.__________
9.__________
10.__________

**Must do List**

1.__________
2.__________
3.__________
4.__________

**Top Priority List**

1.__________
2.__________
3.__________

**Today's Achievements**

1.__________
2.__________
3.__________
4.__________

**Notes:**

MARCH

| S | M | T | W | T | F | S |
|---|---|---|---|---|---|---|
| 24 | 25 | 26 | 27 | 28 | 1 | 2 |
| 3 | 4 | 5 | 6 | 7 | 8 | 9 |
| 10 | 11 | 12 | 13 | 14 | 15 | 16 |
| 17 | 18 | 19 | 20 | 21 | 22 | 23 |
| 24 | 25 | 26 | 27 | 28 | 29 | 30 |

# 3 Sunday

# March

7:00 ______________________
7:30 ______________________
8:00 ______________________
8:30 ______________________
9:00 ______________________
9:30 ______________________
10:00 ______________________
10:30 ______________________
11:00 ______________________
11:30 ______________________
12:00 ______________________
12:30 ______________________
1:00 ______________________
1:30 ______________________
2:00 ______________________
2:30 ______________________
3:00 ______________________
3:30 ______________________
4:00 ______________________
4:30 ______________________
5:00 ______________________
5:30 ______________________
6:00 ______________________
6:30 ______________________
7:00 ______________________
7:30 ______________________

**Notes:**

*You learn how to cut down trees by cutting them down.*

*- Bateke proverb*

# March

## Monday 4

7:00____________________
7:30____________________
8:00____________________
8:30____________________
9:00____________________
9:30____________________
10:00___________________
10:30___________________
11:00___________________
11:30___________________
12:00___________________
12:30___________________
1:00____________________
1:30____________________
2:00____________________
2:30____________________
3:00____________________
3:30____________________
4:00____________________
4:30____________________
5:00____________________
5:30____________________
6:00____________________
6:30____________________
7:00____________________
7:30____________________

### To do List

1. ____________________
2. ____________________
3. ____________________
4. ____________________
5. ____________________
6. ____________________
7. ____________________
8. ____________________
9. ____________________
10. ___________________

### Must do List

1. ____________________
2. ____________________
3. ____________________
4. ____________________

### Top Priority List

1. ____________________
2. ____________________
3. ____________________

### Today's Achievements

1. ____________________
2. ____________________
3. ____________________
4. ____________________

### Notes:

MARCH

| S | M | T | W | T | F | S |
|---|---|---|---|---|---|---|
| 24 | 25 | 26 | 27 | 28 | 1 | 2 |
| 3 | 4 | 5 | 6 | 7 | 8 | 9 |
| 10 | 11 | 12 | 13 | 14 | 15 | 16 |
| 17 | 18 | 19 | 20 | 21 | 22 | 23 |
| 24 | 25 | 26 | 27 | 28 | 29 | 30 |

**5 Tuesday** **March**

7:00__________
7:30__________
8:00__________
8:30__________
9:00__________
9:30__________
10:00__________
10:30__________
11:00__________
11:30__________
12:00__________
12:30__________
1:00__________
1:30__________
2:00__________
2:30__________
3:00__________
3:30__________
4:00__________
4:30__________
5:00__________
5:30__________
6:00__________
6:30__________
7:00__________
7:30__________

**To do List**

1. __________
2. __________
3. __________
4. __________
5. __________
6. __________
7. __________
8. __________
9. __________
10. __________

**Must do List**

1. __________
2. __________
3. __________
4. __________

**Top Priority List**

1. __________
2. __________
3. __________

**Today's Achievements**

1. __________
2. __________
3. __________
4. __________

**Notes:**

*Keep your face always toward the sunshine and shadows will fall behind you.*

*- Walt Whitman*

# March

## Wednesday 6

7:00____________________
7:30____________________
8:00____________________
8:30____________________
9:00____________________
9:30____________________
10:00____________________
10:30____________________
11:00____________________
11:30____________________
12:00____________________
12:30____________________
1:00____________________
1:30____________________
2:00____________________
2:30____________________
3:00____________________
3:30____________________
4:00____________________
4:30____________________
5:00____________________
5:30____________________
6:00____________________
6:30____________________
7:00____________________
7:30____________________

### To do List

1. ____________________
2. ____________________
3. ____________________
4. ____________________
5. ____________________
6. ____________________
7. ____________________
8. ____________________
9. ____________________
10. ____________________

### Must do List

1. ____________________
2. ____________________
3. ____________________
4. ____________________

### Top Priority List

1. ____________________
2. ____________________
3. ____________________

### Today's Achievements

1. ____________________
2. ____________________
3. ____________________
4. ____________________

### Notes:

MARCH

| S | M | T | W | T | F | S |
|---|---|---|---|---|---|---|
| 24 | 25 | 26 | 27 | 28 | 1 | 2 |
| 3 | 4 | 5 | 6 | 7 | 8 | 9 |
| 10 | 11 | 12 | 13 | 14 | 15 | 16 |
| 17 | 18 | 19 | 20 | 21 | 22 | 23 |
| 24 | 25 | 26 | 27 | 28 | 29 | 30 |

# 7 Thursday

# March

7:00______________________________
7:30______________________________
8:00______________________________
8:30______________________________
9:00______________________________
9:30______________________________
10:00_____________________________
10:30_____________________________
11:00_____________________________
11:30_____________________________
12:00_____________________________
12:30_____________________________
1:00______________________________
1:30______________________________
2:00______________________________
2:30______________________________
3:00______________________________
3:30______________________________
4:00______________________________
4:30______________________________
5:00______________________________
5:30______________________________
6:00______________________________
6:30______________________________
7:00______________________________
7:30______________________________

## To do List

1. __________________________
2. __________________________
3. __________________________
4. __________________________
5. __________________________
6. __________________________
7. __________________________
8. __________________________
9. __________________________
10. _________________________

## Must do List

1. __________________________
2. __________________________
3. __________________________
4. __________________________

## Top Priority List

1. __________________________
2. __________________________
3. __________________________

## Today's Achievements

1. __________________________
2. __________________________
3. __________________________
4. __________________________

## Notes:

*The universe has no restrictions. You place restrictions on the universe with your expectations.*

*- Deepak Chopra*

# March

## Friday 8

7:00___
7:30___
8:00___
8:30___
9:00___
9:30___
10:00___
10:30___
11:00___
11:30___
12:00___
12:30___
1:00___
1:30___
2:00___
2:30___
3:00___
3:30___
4:00___
4:30___
5:00___
5:30___
6:00___
6:30___
7:00___
7:30___

### To do List

1. ___
2. ___
3. ___
4. ___
5. ___
6. ___
7. ___
8. ___
9. ___
10. ___

### Must do List

1. ___
2. ___
3. ___
4. ___

### Top Priority List

1. ___
2. ___
3. ___

### Today's Achievements

1. ___
2. ___
3. ___
4. ___

### Notes:

MARCH

| S | M | T | W | T | F | S |
|---|---|---|---|---|---|---|
| 24 | 25 | 26 | 27 | 28 | 1 | 2 |
| 3 | 4 | 5 | 6 | 7 | 8 | 9 |
| 10 | 11 | 12 | 13 | 14 | 15 | 16 |
| 17 | 18 | 19 | 20 | 21 | 22 | 23 |
| 24 | 25 | 26 | 27 | 28 | 29 | 30 |

# 9 Saturday

# March

7:00__________
7:30__________
8:00__________
8:30__________
9:00__________
9:30__________
10:00__________
10:30__________
11:00__________
11:30__________
12:00__________
12:30__________
1:00__________
1:30__________
2:00__________
2:30__________
3:00__________
3:30__________
4:00__________
4:30__________
5:00__________
5:30__________
6:00__________
6:30__________
7:00__________
7:30__________

## To do List

1. __________
2. __________
3. __________
4. __________
5. __________
6. __________
7. __________
8. __________
9. __________
10. __________

## Must do List

1. __________
2. __________
3. __________
4. __________

## Top Priority List

1. __________
2. __________
3. __________

## Today's Achievements

1. __________
2. __________
3. __________
4. __________

## Notes:

*Dreams don't work unless you take action. The surest way to make your dreams come true is to live them.*

*- Roy T. Bennett*

# March

Sunday **10**

7:00____________________
7:30____________________
8:00____________________
8:30____________________
9:00____________________
9:30____________________
10:00____________________
10:30____________________
11:00____________________
11:30____________________
12:00____________________
12:30____________________
1:00____________________
1:30____________________
2:00____________________
2:30____________________
3:00____________________
3:30____________________
4:00____________________
4:30____________________
5:00____________________
5:30____________________
6:00____________________
6:30____________________
7:00____________________
7:30____________________

**Notes:**

**MARCH**

| S | M | T | W | T | F | S |
|---|---|---|---|---|---|---|
| 24 | 25 | 26 | 27 | 28 | 1 | 2 |
| 3 | 4 | 5 | 6 | 7 | 8 | 9 |
| 10 | 11 | 12 | 13 | 14 | 15 | 16 |
| 17 | 18 | 19 | 20 | 21 | 22 | 23 |
| 24 | 25 | 26 | 27 | 28 | 29 | 30 |

## 11 Monday

## March

7:00____________________
7:30____________________
8:00____________________
8:30____________________
9:00____________________
9:30____________________
10:00____________________
10:30____________________
11:00____________________
11:30____________________
12:00____________________
12:30____________________
1:00____________________
1:30____________________
2:00____________________
2:30____________________
3:00____________________
3:30____________________
4:00____________________
4:30____________________
5:00____________________
5:30____________________
6:00____________________
6:30____________________
7:00____________________
7:30____________________

### To do List

1. ____________________
2. ____________________
3. ____________________
4. ____________________
5. ____________________
6. ____________________
7. ____________________
8. ____________________
9. ____________________
10. ____________________

### Must do List

1. ____________________
2. ____________________
3. ____________________
4. ____________________

### Top Priority List

1. ____________________
2. ____________________
3. ____________________

### Today's Achievements

1. ____________________
2. ____________________
3. ____________________
4. ____________________

### Notes:

*Be the kind of person you want to be with when you want to be alone.*

*- Emma Frost*

# March

## Tuesday 12

7:00____________________
7:30____________________
8:00____________________
8:30____________________
9:00____________________
9:30____________________
10:00____________________
10:30____________________
11:00____________________
11:30____________________
12:00____________________
12:30____________________
1:00____________________
1:30____________________
2:00____________________
2:30____________________
3:00____________________
3:30____________________
4:00____________________
4:30____________________
5:00____________________
5:30____________________
6:00____________________
6:30____________________
7:00____________________
7:30____________________

**To do List**

1. ____________________
2. ____________________
3. ____________________
4. ____________________
5. ____________________
6. ____________________
7. ____________________
8. ____________________
9. ____________________
10. ____________________

**Must do List**

1. ____________________
2. ____________________
3. ____________________
4. ____________________

**Top Priority List**

1. ____________________
2. ____________________
3. ____________________

**Today's Achievements**

1. ____________________
2. ____________________
3. ____________________
4. ____________________

**Notes:**

MARCH

| S | M | T | W | T | F | S |
|---|---|---|---|---|---|---|
| 24 | 25 | 26 | 27 | 28 | 1 | 2 |
| 3 | 4 | 5 | 6 | 7 | 8 | 9 |
| 10 | 11 | 12 | 13 | 14 | 15 | 16 |
| 17 | 18 | 19 | 20 | 21 | 22 | 23 |
| 24 | 25 | 26 | 27 | 28 | 29 | 30 |

# 13 Wednesday **March**

7:00____________________
7:30____________________
8:00____________________
8:30____________________
9:00____________________
9:30____________________
10:00____________________
10:30____________________
11:00____________________
11:30____________________
12:00____________________
12:30____________________
1:00____________________
1:30____________________
2:00____________________
2:30____________________
3:00____________________
3:30____________________
4:00____________________
4:30____________________
5:00____________________
5:30____________________
6:00____________________
6:30____________________
7:00____________________
7:30____________________

**To do List**

1.____________________
2.____________________
3.____________________
4.____________________
5.____________________
6.____________________
7.____________________
8.____________________
9.____________________
10.____________________

**Must do List**

1.____________________
2.____________________
3.____________________
4.____________________

**Top Priority List**

1.____________________
2.____________________
3.____________________

**Today's Achievements**

1.____________________
2.____________________
3.____________________
4.____________________

**Notes:**

*Be kind whenever possible. It is always possible.*

*- Dalai Lama*

## March

## Thursday 14

7:00 ______
7:30 ______
8:00 ______
8:30 ______
9:00 ______
9:30 ______
10:00 ______
10:30 ______
11:00 ______
11:30 ______
12:00 ______
12:30 ______
1:00 ______
1:30 ______
2:00 ______
2:30 ______
3:00 ______
3:30 ______
4:00 ______
4:30 ______
5:00 ______
5:30 ______
6:00 ______
6:30 ______
7:00 ______
7:30 ______

**To do List**

1. ______
2. ______
3. ______
4. ______
5. ______
6. ______
7. ______
8. ______
9. ______
10. ______

**Must do List**

1. ______
2. ______
3. ______
4. ______

**Top Priority List**

1. ______
2. ______
3. ______

**Today's Achievements**

1. ______
2. ______
3. ______
4. ______

**Notes:**

MARCH

| S | M | T | W | T | F | S |
|---|---|---|---|---|---|---|
| 24 | 25 | 26 | 27 | 28 | 1 | 2 |
| 3 | 4 | 5 | 6 | 7 | 8 | 9 |
| 10 | 11 | 12 | 13 | 14 | 15 | 16 |
| 17 | 18 | 19 | 20 | 21 | 22 | 23 |
| 24 | 25 | 26 | 27 | 28 | 29 | 30 |

# 15 Friday

# March

7:00__________
7:30__________
8:00__________
8:30__________
9:00__________
9:30__________
10:00__________
10:30__________
11:00__________
11:30__________
12:00__________
12:30__________
1:00__________
1:30__________
2:00__________
2:30__________
3:00__________
3:30__________
4:00__________
4:30__________
5:00__________
5:30__________
6:00__________
6:30__________
7:00__________
7:30__________

**To do List**

1.__________
2.__________
3.__________
4.__________
5.__________
6.__________
7.__________
8.__________
9.__________
10.__________

**Must do List**

1.__________
2.__________
3.__________
4.__________

**Top Priority List**

1.__________
2.__________
3.__________

**Today's Achievements**

1.__________
2.__________
3.__________
4.__________

**Notes:**

*When things aren't working, don't force them. Stop, wait, think, then start again.*

*- Emma Frost*

# March

## Saturday 16

7:00____________________
7:30____________________
8:00____________________
8:30____________________
9:00____________________
9:30____________________
10:00____________________
10:30____________________
11:00____________________
11:30____________________
12:00____________________
12:30____________________
1:00____________________
1:30____________________
2:00____________________
2:30____________________
3:00____________________
3:30____________________
4:00____________________
4:30____________________
5:00____________________
5:30____________________
6:00____________________
6:30____________________
7:00____________________
7:30____________________

### To do List

1. ____________________
2. ____________________
3. ____________________
4. ____________________
5. ____________________
6. ____________________
7. ____________________
8. ____________________
9. ____________________
10. ____________________

### Must do List

1. ____________________
2. ____________________
3. ____________________
4. ____________________

### Top Priority List

1. ____________________
2. ____________________
3. ____________________

### Today's Achievements

1. ____________________
2. ____________________
3. ____________________
4. ____________________

### Notes:

MARCH

| S | M | T | W | T | F | S |
|---|---|---|---|---|---|---|
| 24 | 25 | 26 | 27 | 28 | 1 | 2 |
| 3 | 4 | 5 | 6 | 7 | 8 | 9 |
| 10 | 11 | 12 | 13 | 14 | 15 | 16 |
| 17 | 18 | 19 | 20 | 21 | 22 | 23 |
| 24 | 25 | 26 | 27 | 28 | 29 | 30 |

**17** **Sunday** **March**

7:00____________________
7:30____________________
8:00____________________
8:30____________________
9:00____________________
9:30____________________
10:00____________________
10:30____________________
11:00____________________
11:30____________________
12:00____________________
12:30____________________
1:00____________________
1:30____________________
2:00____________________
2:30____________________
3:00____________________
3:30____________________
4:00____________________
4:30____________________
5:00____________________
5:30____________________
6:00____________________
6:30____________________
7:00____________________
7:30____________________

**Notes:**

*If you want to change you're the one who has got to change.*

*- Katharine Hepburn*

## March

## Monday 18

7:00____________________
7:30____________________
8:00____________________
8:30____________________
9:00____________________
9:30____________________
10:00____________________
10:30____________________
11:00____________________
11:30____________________
12:00____________________
12:30____________________
1:00____________________
1:30____________________
2:00____________________
2:30____________________
3:00____________________
3:30____________________
4:00____________________
4:30____________________
5:00____________________
5:30____________________
6:00____________________
6:30____________________
7:00____________________
7:30____________________

### To do List

1.____________________
2.____________________
3.____________________
4.____________________
5.____________________
6.____________________
7.____________________
8.____________________
9.____________________
10.____________________

### Must do List

1.____________________
2.____________________
3.____________________
4.____________________

### Top Priority List

1.____________________
2.____________________
3.____________________

### Today's Achievements

1.____________________
2.____________________
3.____________________
4.____________________

### Notes:

MARCH

| S | M | T | W | T | F | S |
|---|---|---|---|---|---|---|
| 24 | 25 | 26 | 27 | 28 | 1 | 2 |
| 3 | 4 | 5 | 6 | 7 | 8 | 9 |
| 10 | 11 | 12 | 13 | 14 | 15 | 16 |
| 17 | 18 | 19 | 20 | 21 | 22 | 23 |
| 24 | 25 | 26 | 27 | 28 | 29 | 30 |

## 19 Tuesday

# March

7:00____________________
7:30____________________
8:00____________________
8:30____________________
9:00____________________
9:30____________________
10:00____________________
10:30____________________
11:00____________________
11:30____________________
12:00____________________
12:30____________________
1:00____________________
1:30____________________
2:00____________________
2:30____________________
3:00____________________
3:30____________________
4:00____________________
4:30____________________
5:00____________________
5:30____________________
6:00____________________
6:30____________________
7:00____________________
7:30____________________

### To do List

1. ____________________
2. ____________________
3. ____________________
4. ____________________
5. ____________________
6. ____________________
7. ____________________
8. ____________________
9. ____________________
10. ____________________

### Must do List

1. ____________________
2. ____________________
3. ____________________
4. ____________________

### Top Priority List

1. ____________________
2. ____________________
3. ____________________

### Today's Achievements

1. ____________________
2. ____________________
3. ____________________
4. ____________________

### Notes:

*Change your life today. Don't gamble on the future, act now, without delay.*

*- Simone de Beauvoir*

# March

## Wednesday 20

7:00__________
7:30__________
8:00__________
8:30__________
9:00__________
9:30__________
10:00__________
10:30__________
11:00__________
11:30__________
12:00__________
12:30__________
1:00__________
1:30__________
2:00__________
2:30__________
3:00__________
3:30__________
4:00__________
4:30__________
5:00__________
5:30__________
6:00__________
6:30__________
7:00__________
7:30__________

### To do List

1.__________
2.__________
3.__________
4.__________
5.__________
6.__________
7.__________
8.__________
9.__________
10.__________

### Must do List

1.__________
2.__________
3.__________
4.__________

### Top Priority List

1.__________
2.__________
3.__________

### Today's Achievements

1.__________
2.__________
3.__________
4.__________

### Notes:

MARCH

| S | M | T | W | T | F | S |
|---|---|---|---|---|---|---|
| 24 | 25 | 26 | 27 | 28 | 1 | 2 |
| 3 | 4 | 5 | 6 | 7 | 8 | 9 |
| 10 | 11 | 12 | 13 | 14 | 15 | 16 |
| 17 | 18 | 19 | 20 | 21 | 22 | 23 |
| 24 | 25 | 26 | 27 | 28 | 29 | 30 |

# 21 Thursday March

7:00____________________
7:30____________________
8:00____________________
8:30____________________
9:00____________________
9:30____________________
10:00____________________
10:30____________________
11:00____________________
11:30____________________
12:00____________________
12:30____________________
1:00____________________
1:30____________________
2:00____________________
2:30____________________
3:00____________________
3:30____________________
4:00____________________
4:30____________________
5:00____________________
5:30____________________
6:00____________________
6:30____________________
7:00____________________
7:30____________________

## To do List

1. ____________________
2. ____________________
3. ____________________
4. ____________________
5. ____________________
6. ____________________
7. ____________________
8. ____________________
9. ____________________
10. ____________________

## Must do List

1. ____________________
2. ____________________
3. ____________________
4. ____________________

## Top Priority List

1. ____________________
2. ____________________
3. ____________________

## Today's Achievements

1. ____________________
2. ____________________
3. ____________________
4. ____________________

## Notes:

*Don't let anyone ever make you feel like you don't deserve what you want.*

*- Patrick Verona in 10 Things I Hate About You*

# March

Friday 22

7:00________
7:30________
8:00________
8:30________
9:00________
9:30________
10:00________
10:30________
11:00________
11:30________
12:00________
12:30________
1:00________
1:30________
2:00________
2:30________
3:00________
3:30________
4:00________
4:30________
5:00________
5:30________
6:00________
6:30________
7:00________
7:30________

**To do List**

1. ________
2. ________
3. ________
4. ________
5. ________
6. ________
7. ________
8. ________
9. ________
10. ________

**Must do List**

1. ________
2. ________
3. ________
4. ________

**Top Priority List**

1. ________
2. ________
3. ________

**Today's Achievements**

1. ________
2. ________
3. ________
4. ________

**Notes:**

MARCH

| S | M | T | W | T | F | S |
|---|---|---|---|---|---|---|
| 24 | 25 | 26 | 27 | 28 | 1 | 2 |
| 3 | 4 | 5 | 6 | 7 | 8 | 9 |
| 10 | 11 | 12 | 13 | 14 | 15 | 16 |
| 17 | 18 | 19 | 20 | 21 | 22 | 23 |
| 24 | 25 | 26 | 27 | 28 | 29 | 30 |

## 23 Saturday

## March

7:00____________________
7:30____________________
8:00____________________
8:30____________________
9:00____________________
9:30____________________
10:00____________________
10:30____________________
11:00____________________
11:30____________________
12:00____________________
12:30____________________
1:00____________________
1:30____________________
2:00____________________
2:30____________________
3:00____________________
3:30____________________
4:00____________________
4:30____________________
5:00____________________
5:30____________________
6:00____________________
6:30____________________
7:00____________________
7:30____________________

### To do List

1. ____________________
2. ____________________
3. ____________________
4. ____________________
5. ____________________
6. ____________________
7. ____________________
8. ____________________
9. ____________________
10. ____________________

### Must do List

1. ____________________
2. ____________________
3. ____________________
4. ____________________

### Top Priority List

1. ____________________
2. ____________________
3. ____________________

### Today's Achievements

1. ____________________
2. ____________________
3. ____________________
4. ____________________

### Notes:

*The question isn't who is going to let me; it's who is going to stop me.*

*- Ayn Rand*

# March

## Sunday 24

7:00____________________
7:30____________________
8:00____________________
8:30____________________
9:00____________________
9:30____________________
10:00____________________
10:30____________________
11:00____________________
11:30____________________
12:00____________________
12:30____________________
1:00____________________
1:30____________________
2:00____________________
2:30____________________
3:00____________________
3:30____________________
4:00____________________
4:30____________________
5:00____________________
5:30____________________
6:00____________________
6:30____________________
7:00____________________
7:30____________________

**Notes:**

MARCH

| S | M | T | W | T | F | S |
|---|---|---|---|---|---|---|
| 24 | 25 | 26 | 27 | 28 | 1 | 2 |
| 3 | 4 | 5 | 6 | 7 | 8 | 9 |
| 10 | 11 | 12 | 13 | 14 | 15 | 16 |
| 17 | 18 | 19 | 20 | 21 | 22 | 23 |
| 24 | 25 | 26 | 27 | 28 | 29 | 30 |

## 25 Monday

## March

7:00____________________________
7:30____________________________
8:00____________________________
8:30____________________________
9:00____________________________
9:30____________________________
10:00___________________________
10:30___________________________
11:00___________________________
11:30___________________________
12:00___________________________
12:30___________________________
1:00____________________________
1:30____________________________
2:00____________________________
2:30____________________________
3:00____________________________
3:30____________________________
4:00____________________________
4:30____________________________
5:00____________________________
5:30____________________________
6:00____________________________
6:30____________________________
7:00____________________________
7:30____________________________

### To do List

1.__________________________
2.__________________________
3.__________________________
4.__________________________
5.__________________________
6.__________________________
7.__________________________
8.__________________________
9.__________________________
10._________________________

### Must do List

1.__________________________
2.__________________________
3.__________________________
4.__________________________

### Top Priority List

1.__________________________
2.__________________________
3.__________________________

### Today's Achievements

1.__________________________
2.__________________________
3.__________________________
4.__________________________

### Notes:

*Perseverance is failing 19 times and succeeding the 20th.*

*- Julie Andrews*

# March

## Tuesday 26

7:00____________________
7:30____________________
8:00____________________
8:30____________________
9:00____________________
9:30____________________
10:00____________________
10:30____________________
11:00____________________
11:30____________________
12:00____________________
12:30____________________
1:00____________________
1:30____________________
2:00____________________
2:30____________________
3:00____________________
3:30____________________
4:00____________________
4:30____________________
5:00____________________
5:30____________________
6:00____________________
6:30____________________
7:00____________________
7:30____________________

### To do List

1.____________________
2.____________________
3.____________________
4.____________________
5.____________________
6.____________________
7.____________________
8.____________________
9.____________________
10.____________________

### Must do List

1.____________________
2.____________________
3.____________________
4.____________________

### Top Priority List

1.____________________
2.____________________
3.____________________

### Today's Achievements

1.____________________
2.____________________
3.____________________
4.____________________

### Notes:

MARCH

| S | M | T | W | T | F | S |
|---|---|---|---|---|---|---|
| 24 | 25 | 26 | 27 | 28 | 1 | 2 |
| 3 | 4 | 5 | 6 | 7 | 8 | 9 |
| 10 | 11 | 12 | 13 | 14 | 15 | 16 |
| 17 | 18 | 19 | 20 | 21 | 22 | 23 |
| 24 | 25 | 26 | 27 | 28 | 29 | 30 |

## 27 Wednesday

## March

7:00________________________
7:30________________________
8:00________________________
8:30________________________
9:00________________________
9:30________________________
10:00_______________________
10:30_______________________
11:00_______________________
11:30_______________________
12:00_______________________
12:30_______________________
1:00________________________
1:30________________________
2:00________________________
2:30________________________
3:00________________________
3:30________________________
4:00________________________
4:30________________________
5:00________________________
5:30________________________
6:00________________________
6:30________________________
7:00________________________
7:30________________________

### To do List

1.______________________
2.______________________
3.______________________
4.______________________
5.______________________
6.______________________
7.______________________
8.______________________
9.______________________
10._____________________

### Must do List

1.______________________
2.______________________
3.______________________
4.______________________

### Top Priority List

1.______________________
2.______________________
3.______________________

### Today's Achievements

1.______________________
2.______________________
3.______________________
4.______________________

### Notes:

*Whatever you are, be a good one.*

*- Abraham Lincoln*

# March

## Thursday 28

7:00______________________
7:30______________________
8:00______________________
8:30______________________
9:00______________________
9:30______________________
10:00______________________
10:30______________________
11:00______________________
11:30______________________
12:00______________________
12:30______________________
1:00______________________
1:30______________________
2:00______________________
2:30______________________
3:00______________________
3:30______________________
4:00______________________
4:30______________________
5:00______________________
5:30______________________
6:00______________________
6:30______________________
7:00______________________
7:30______________________

**To do List**

1.______________________
2.______________________
3.______________________
4.______________________
5.______________________
6.______________________
7.______________________
8.______________________
9.______________________
10.______________________

**Must do List**

1.______________________
2.______________________
3.______________________
4.______________________

**Top Priority List**

1.______________________
2.______________________
3.______________________

**Today's Achievements**

1.______________________
2.______________________
3.______________________
4.______________________

**Notes:**

MARCH

| S | M | T | W | T | F | S |
|---|---|---|---|---|---|---|
| 24 | 25 | 26 | 27 | 28 | 1 | 2 |
| 3 | 4 | 5 | 6 | 7 | 8 | 9 |
| 10 | 11 | 12 | 13 | 14 | 15 | 16 |
| 17 | 18 | 19 | 20 | 21 | 22 | 23 |
| 24 | 25 | 26 | 27 | 28 | 29 | 30 |

# 29 Friday

# March

7:00 ____________

7:30 ____________

8:00 ____________

8:30 ____________

9:00 ____________

9:30 ____________

10:00 ____________

10:30 ____________

11:00 ____________

11:30 ____________

12:00 ____________

12:30 ____________

1:00 ____________

1:30 ____________

2:00 ____________

2:30 ____________

3:00 ____________

3:30 ____________

4:00 ____________

4:30 ____________

5:00 ____________

5:30 ____________

6:00 ____________

6:30 ____________

7:00 ____________

7:30 ____________

**To do List**

1. ____________
2. ____________
3. ____________
4. ____________
5. ____________
6. ____________
7. ____________
8. ____________
9. ____________
10. ____________

**Must do List**

1. ____________
2. ____________
3. ____________
4. ____________

**Top Priority List**

1. ____________
2. ____________
3. ____________

**Today's Achievements**

1. ____________
2. ____________
3. ____________
4. ____________

**Notes:**

*The more you know who you are, and what you want, the less you let things upset you.*

*- Stephanie Perkins, Anna and the French Kiss*

# March

## Saturday 30

7:00____________________
7:30____________________
8:00____________________
8:30____________________
9:00____________________
9:30____________________
10:00____________________
10:30____________________
11:00____________________
11:30____________________
12:00____________________
12:30____________________
1:00____________________
1:30____________________
2:00____________________
2:30____________________
3:00____________________
3:30____________________
4:00____________________
4:30____________________
5:00____________________
5:30____________________
6:00____________________
6:30____________________
7:00____________________
7:30____________________

### To do List

1. ____________________
2. ____________________
3. ____________________
4. ____________________
5. ____________________
6. ____________________
7. ____________________
8. ____________________
9. ____________________
10. ____________________

### Must do List

1. ____________________
2. ____________________
3. ____________________
4. ____________________

### Top Priority List

1. ____________________
2. ____________________
3. ____________________

### Today’s Achievements

1. ____________________
2. ____________________
3. ____________________
4. ____________________

### Notes:

MARCH

| S | M | T | W | T | F | S |
|---|---|---|---|---|---|---|
| 24 | 25 | 26 | 27 | 28 | 1 | 2 |
| 3 | 4 | 5 | 6 | 7 | 8 | 9 |
| 10 | 11 | 12 | 13 | 14 | 15 | 16 |
| 17 | 18 | 19 | 20 | 21 | 22 | 23 |
| 24 | 25 | 26 | 27 | 28 | 29 | 30 |

**31 Sunday** **March**

7:00__________________________
7:30__________________________
8:00__________________________
8:30__________________________
9:00__________________________
9:30__________________________
10:00_________________________
10:30_________________________
11:00_________________________
11:30_________________________
12:00_________________________
12:30_________________________
1:00__________________________
1:30__________________________
2:00__________________________
2:30__________________________
3:00__________________________
3:30__________________________
4:00__________________________
4:30__________________________
5:00__________________________
5:30__________________________
6:00__________________________
6:30__________________________
7:00__________________________
7:30__________________________

**Notes:**

*You cannot live your life to please others. The choice must be yours.*

*- Alice in Wonderland*

## April

## Monday 1

7:00____________________
7:30____________________
8:00____________________
8:30____________________
9:00____________________
9:30____________________
10:00____________________
10:30____________________
11:00____________________
11:30____________________
12:00____________________
12:30____________________
1:00____________________
1:30____________________
2:00____________________
2:30____________________
3:00____________________
3:30____________________
4:00____________________
4:30____________________
5:00____________________
5:30____________________
6:00____________________
6:30____________________
7:00____________________
7:30____________________

**To do List**

1. Read Vision Statement
2. ____________________
3. ____________________
4. ____________________
5. ____________________
6. ____________________
7. ____________________
8. ____________________
9. ____________________
10. ____________________

**Must do List**

1. ____________________
2. ____________________
3. ____________________
4. ____________________

**Top Priority List**

1. ____________________
2. ____________________
3. ____________________

**Today's Achievements**

1. ____________________
2. ____________________
3. ____________________
4. ____________________

**Notes:**

APRIL

| S | M | T | W | T | F | S |
|---|---|---|---|---|---|---|
| 31 | 1 | 2 | 3 | 4 | 5 | 6 |
| 7 | 8 | 9 | 10 | 11 | 12 | 13 |
| 14 | 15 | 16 | 17 | 18 | 19 | 20 |
| 21 | 22 | 23 | 24 | 25 | 26 | 27 |
| 28 | 29 | 30 | 1 | 2 | 3 | 4 |

## 2 Tuesday

## April

7:00__________
7:30__________
8:00__________
8:30__________
9:00__________
9:30__________
10:00__________
10:30__________
11:00__________
11:30__________
12:00__________
12:30__________
1:00__________
1:30__________
2:00__________
2:30__________
3:00__________
3:30__________
4:00__________
4:30__________
5:00__________
5:30__________
6:00__________
6:30__________
7:00__________
7:30__________

### To do List

1. __________
2. __________
3. __________
4. __________
5. __________
6. __________
7. __________
8. __________
9. __________
10. __________

### Must do List

1. __________
2. __________
3. __________
4. __________

### Top Priority List

1. __________
2. __________
3. __________

### Today's Achievements

1. __________
2. __________
3. __________
4. __________

### Notes:

*If you don't know where you are going any road will get you there*

*- Old Sufi saying*

# April

# Wednesday 3

7:00____________________
7:30____________________
8:00____________________
8:30____________________
9:00____________________
9:30____________________
10:00____________________
10:30____________________
11:00____________________
11:30____________________
12:00____________________
12:30____________________
1:00____________________
1:30____________________
2:00____________________
2:30____________________
3:00____________________
3:30____________________
4:00____________________
4:30____________________
5:00____________________
5:30____________________
6:00____________________
6:30____________________
7:00____________________
7:30____________________

**To do List**

1.____________________
2.____________________
3.____________________
4.____________________
5.____________________
6.____________________
7.____________________
8.____________________
9.____________________
10.____________________

**Must do List**

1.____________________
2.____________________
3.____________________
4.____________________

**Top Priority List**

1.____________________
2.____________________
3.____________________

**Today's Achievements**

1.____________________
2.____________________
3.____________________
4.____________________

**Notes:**

APRIL

| S | M | T | W | T | F | S |
|---|---|---|---|---|---|---|
| 31 | 1 | 2 | 3 | 4 | 5 | 6 |
| 7 | 8 | 9 | 10 | 11 | 12 | 13 |
| 14 | 15 | 16 | 17 | 18 | 19 | 20 |
| 21 | 22 | 23 | 24 | 25 | 26 | 27 |
| 28 | 29 | 30 | 1 | 2 | 3 | 4 |

## 4 Thursday

## April

7:00____________________
7:30____________________
8:00____________________
8:30____________________
9:00____________________
9:30____________________
10:00____________________
10:30____________________
11:00____________________
11:30____________________
12:00____________________
12:30____________________
1:00____________________
1:30____________________
2:00____________________
2:30____________________
3:00____________________
3:30____________________
4:00____________________
4:30____________________
5:00____________________
5:30____________________
6:00____________________
6:30____________________
7:00____________________
7:30____________________

### To do List

1. ____________________
2. ____________________
3. ____________________
4. ____________________
5. ____________________
6. ____________________
7. ____________________
8. ____________________
9. ____________________
10. ____________________

### Must do List

1. ____________________
2. ____________________
3. ____________________
4. ____________________

### Top Priority List

1. ____________________
2. ____________________
3. ____________________

### Today's Achievements

1. ____________________
2. ____________________
3. ____________________
4. ____________________

### Notes:

*You have within you the strength, the patience, and the passion to reach for the stars to change the world.*

*- Harriet Tubman*

# April

## Friday 5

7:00
7:30
8:00
8:30
9:00
9:30
10:00
10:30
11:00
11:30
12:00
12:30
1:00
1:30
2:00
2:30
3:00
3:30
4:00
4:30
5:00
5:30
6:00
6:30
7:00
7:30

**To do List**

1.
2.
3.
4.
5.
6.
7.
8.
9.
10.

**Must do List**

1.
2.
3.
4.

**Top Priority List**

1.
2.
3.

**Today's Achievements**

1.
2.
3.
4.

**Notes:**

APRIL

| S | M | T | W | T | F | S |
|---|---|---|---|---|---|---|
| 31 | 1 | 2 | 3 | 4 | 5 | 6 |
| 7 | 8 | 9 | 10 | 11 | 12 | 13 |
| 14 | 15 | 16 | 17 | 18 | 19 | 20 |
| 21 | 22 | 23 | 24 | 25 | 26 | 27 |
| 28 | 29 | 30 | 1 | 2 | 3 | 4 |

## 6 Saturday

## April

7:00________________
7:30________________
8:00________________
8:30________________
9:00________________
9:30________________
10:00________________
10:30________________
11:00________________
11:30________________
12:00________________
12:30________________
1:00________________
1:30________________
2:00________________
2:30________________
3:00________________
3:30________________
4:00________________
4:30________________
5:00________________
5:30________________
6:00________________
6:30________________
7:00________________
7:30________________

### To do List

1.________________
2.________________
3.________________
4.________________
5.________________
6.________________
7.________________
8.________________
9.________________
10.________________

### Must do List

1.________________
2.________________
3.________________
4.________________

### Top Priority List

1.________________
2.________________
3.________________

### Today's Achievements

1.________________
2.________________
3.________________
4.________________

### Notes:

*Our greatest weakness lies in giving up. The most certain way to succeed is always to try just one more time.*

*- Thomas A. Edison*

# April

## Sunday 7

7:00______________________________
7:30______________________________
8:00______________________________
8:30______________________________
9:00______________________________
9:30______________________________
10:00_____________________________
10:30_____________________________
11:00_____________________________
11:30_____________________________
12:00_____________________________
12:30_____________________________
1:00______________________________
1:30______________________________
2:00______________________________
2:30______________________________
3:00______________________________
3:30______________________________
4:00______________________________
4:30______________________________
5:00______________________________
5:30______________________________
6:00______________________________
6:30______________________________
7:00______________________________
7:30______________________________

**Notes:**

APRIL

| S | M | T | W | T | F | S |
|---|---|---|---|---|---|---|
| 31 | 1 | 2 | 3 | 4 | 5 | 6 |
| 7 | 8 | 9 | 10 | 11 | 12 | 13 |
| 14 | 15 | 16 | 17 | 18 | 19 | 20 |
| 21 | 22 | 23 | 24 | 25 | 26 | 27 |
| 28 | 29 | 30 | 1 | 2 | 3 | 4 |

# 8 Monday

# April

7:00____________________
7:30____________________
8:00____________________
8:30____________________
9:00____________________
9:30____________________
10:00____________________
10:30____________________
11:00____________________
11:30____________________
12:00____________________
12:30____________________
1:00____________________
1:30____________________
2:00____________________
2:30____________________
3:00____________________
3:30____________________
4:00____________________
4:30____________________
5:00____________________
5:30____________________
6:00____________________
6:30____________________
7:00____________________
7:30____________________

**To do List**

1.____________________
2.____________________
3.____________________
4.____________________
5.____________________
6.____________________
7.____________________
8.____________________
9.____________________
10.____________________

**Must do List**

1.____________________
2.____________________
3.____________________
4.____________________

**Top Priority List**

1.____________________
2.____________________
3.____________________

**Today's Achievements**

1.____________________
2.____________________
3.____________________
4.____________________

**Notes:**

*When you feel like quitting,*
*think about why you started.*

*- Unknown*

# April

## Tuesday 9

7:00____________________
7:30____________________
8:00____________________
8:30____________________
9:00____________________
9:30____________________
10:00____________________
10:30____________________
11:00____________________
11:30____________________
12:00____________________
12:30____________________
1:00____________________
1:30____________________
2:00____________________
2:30____________________
3:00____________________
3:30____________________
4:00____________________
4:30____________________
5:00____________________
5:30____________________
6:00____________________
6:30____________________
7:00____________________
7:30____________________

### To do List

1. ____________________
2. ____________________
3. ____________________
4. ____________________
5. ____________________
6. ____________________
7. ____________________
8. ____________________
9. ____________________
10. ____________________

### Must do List

1. ____________________
2. ____________________
3. ____________________
4. ____________________

### Top Priority List

1. ____________________
2. ____________________
3. ____________________

### Today's Achievements

1. ____________________
2. ____________________
3. ____________________
4. ____________________

### Notes:

APRIL

| S | M | T | W | T | F | S |
|---|---|---|---|---|---|---|
| 31 | 1 | 2 | 3 | 4 | 5 | 6 |
| 7 | 8 | 9 | 10 | 11 | 12 | 13 |
| 14 | 15 | 16 | 17 | 18 | 19 | 20 |
| 21 | 22 | 23 | 24 | 25 | 26 | 27 |
| 28 | 29 | 30 | 1 | 2 | 3 | 4 |

# 10 Wednesday

# April

7:00______________________________
7:30______________________________
8:00______________________________
8:30______________________________
9:00______________________________
9:30______________________________
10:00_____________________________
10:30_____________________________
11:00_____________________________
11:30_____________________________
12:00_____________________________
12:30_____________________________
1:00______________________________
1:30______________________________
2:00______________________________
2:30______________________________
3:00______________________________
3:30______________________________
4:00______________________________
4:30______________________________
5:00______________________________
5:30______________________________
6:00______________________________
6:30______________________________
7:00______________________________
7:30______________________________

## To do List

1. ____________________________
2. ____________________________
3. ____________________________
4. ____________________________
5. ____________________________
6. ____________________________
7. ____________________________
8. ____________________________
9. ____________________________
10. ___________________________

## Must do List

1. ____________________________
2. ____________________________
3. ____________________________
4. ____________________________

## Top Priority List

1. ____________________________
2. ____________________________
3. ____________________________

## Today's Achievements

1. ____________________________
2. ____________________________
3. ____________________________
4. ____________________________

## Notes:

*The best time to plant a tree was 20 years ago. The second best time is now.*

*- Chinese Proverb*

# April

## Thursday 11

7:00__________
7:30__________
8:00__________
8:30__________
9:00__________
9:30__________
10:00__________
10:30__________
11:00__________
11:30__________
12:00__________
12:30__________
1:00__________
1:30__________
2:00__________
2:30__________
3:00__________
3:30__________
4:00__________
4:30__________
5:00__________
5:30__________
6:00__________
6:30__________
7:00__________
7:30__________

### To do List

1. __________
2. __________
3. __________
4. __________
5. __________
6. __________
7. __________
8. __________
9. __________
10. __________

### Must do List

1. __________
2. __________
3. __________
4. __________

### Top Priority List

1. __________
2. __________
3. __________

### Today's Achievements

1. __________
2. __________
3. __________
4. __________

### Notes:

APRIL

| S | M | T | W | T | F | S |
|---|---|---|---|---|---|---|
| 31 | 1 | 2 | 3 | 4 | 5 | 6 |
| 7 | 8 | 9 | 10 | 11 | 12 | 13 |
| 14 | 15 | 16 | 17 | 18 | 19 | 20 |
| 21 | 22 | 23 | 24 | 25 | 26 | 27 |
| 28 | 29 | 30 | 1 | 2 | 3 | 4 |

# 12 Friday

# April

7:00____________________
7:30____________________
8:00____________________
8:30____________________
9:00____________________
9:30____________________
10:00___________________
10:30___________________
11:00___________________
11:30___________________
12:00___________________
12:30___________________
1:00____________________
1:30____________________
2:00____________________
2:30____________________
3:00____________________
3:30____________________
4:00____________________
4:30____________________
5:00____________________
5:30____________________
6:00____________________
6:30____________________
7:00____________________
7:30____________________

## To do List

1. ____________________
2. ____________________
3. ____________________
4. ____________________
5. ____________________
6. ____________________
7. ____________________
8. ____________________
9. ____________________
10. ___________________

## Must do List

1. ____________________
2. ____________________
3. ____________________
4. ____________________

## Top Priority List

1. ____________________
2. ____________________
3. ____________________

## Today's Achievements

1. ____________________
2. ____________________
3. ____________________
4. ____________________

## Notes:

*You will never find success if you are not looking for it*

*- Emma Frost*

# April

## Saturday 13

7:00____________________
7:30____________________
8:00____________________
8:30____________________
9:00____________________
9:30____________________
10:00___________________
10:30___________________
11:00___________________
11:30___________________
12:00___________________
12:30___________________
1:00____________________
1:30____________________
2:00____________________
2:30____________________
3:00____________________
3:30____________________
4:00____________________
4:30____________________
5:00____________________
5:30____________________
6:00____________________
6:30____________________
7:00____________________
7:30____________________

**To do List**

1.____________________
2.____________________
3.____________________
4.____________________
5.____________________
6.____________________
7.____________________
8.____________________
9.____________________
10.___________________

**Must do List**

1.____________________
2.____________________
3.____________________
4.____________________

**Top Priority List**

1.____________________
2.____________________
3.____________________

**Today's Achievements**

1.____________________
2.____________________
3.____________________
4.____________________

**Notes:**

APRIL

| S | M | T | W | T | F | S |
|---|---|---|---|---|---|---|
| 31 | 1 | 2 | 3 | 4 | 5 | 6 |
| 7 | 8 | 9 | 10 | 11 | 12 | 13 |
| 14 | 15 | 16 | 17 | 18 | 19 | 20 |
| 21 | 22 | 23 | 24 | 25 | 26 | 27 |
| 28 | 29 | 30 | 1 | 2 | 3 | 4 |

## 14 Sunday

## April

7:00____________________
7:30____________________
8:00____________________
8:30____________________
9:00____________________
9:30____________________
10:00___________________
10:30___________________
11:00___________________
11:30___________________
12:00___________________
12:30___________________
1:00____________________
1:30____________________
2:00____________________
2:30____________________
3:00____________________
3:30____________________
4:00____________________
4:30____________________
5:00____________________
5:30____________________
6:00____________________
6:30____________________
7:00____________________
7:30____________________

**Notes:**

*It is in your moments of decision that your destiny is shaped.*

*- Tony Robbins*

# April

## Monday 15

7:00____
7:30____
8:00____
8:30____
9:00____
9:30____
10:00____
10:30____
11:00____
11:30____
12:00____
12:30____
1:00____
1:30____
2:00____
2:30____
3:00____
3:30____
4:00____
4:30____
5:00____
5:30____
6:00____
6:30____
7:00____
7:30____

**To do List**

1.____
2.____
3.____
4.____
5.____
6.____
7.____
8.____
9.____
10.____

**Must do List**

1.____
2.____
3.____
4.____

**Top Priority List**

1.____
2.____
3.____

**Today's Achievements**

1.____
2.____
3.____
4.____

**Notes:**

APRIL

| S | M | T | W | T | F | S |
|---|---|---|---|---|---|---|
| 31 | 1 | 2 | 3 | 4 | 5 | 6 |
| 7 | 8 | 9 | 10 | 11 | 12 | 13 |
| 14 | 15 | 16 | 17 | 18 | 19 | 20 |
| 21 | 22 | 23 | 24 | 25 | 26 | 27 |
| 28 | 29 | 30 | 1 | 2 | 3 | 4 |

# 16 Tuesday April

7:00______
7:30______
8:00______
8:30______
9:00______
9:30______
10:00______
10:30______
11:00______
11:30______
12:00______
12:30______
1:00______
1:30______
2:00______
2:30______
3:00______
3:30______
4:00______
4:30______
5:00______
5:30______
6:00______
6:30______
7:00______
7:30______

**To do List**

1. ______
2. ______
3. ______
4. ______
5. ______
6. ______
7. ______
8. ______
9. ______
10. ______

**Must do List**

1. ______
2. ______
3. ______
4. ______

**Top Priority List**

1. ______
2. ______
3. ______

**Today's Achievements**

1. ______
2. ______
3. ______
4. ______

**Notes:**

*Everything in the universe is within you. Ask all from yourself.*

*- Rumi*

# April

## Wednesday 17

7:00____________________
7:30____________________
8:00____________________
8:30____________________
9:00____________________
9:30____________________
10:00___________________
10:30___________________
11:00___________________
11:30___________________
12:00___________________
12:30___________________
1:00____________________
1:30____________________
2:00____________________
2:30____________________
3:00____________________
3:30____________________
4:00____________________
4:30____________________
5:00____________________
5:30____________________
6:00____________________
6:30____________________
7:00____________________
7:30____________________

### To do List

1.__________________
2.__________________
3.__________________
4.__________________
5.__________________
6.__________________
7.__________________
8.__________________
9.__________________
10._________________

### Must do List

1.__________________
2.__________________
3.__________________
4.__________________

### Top Priority List

1.__________________
2.__________________
3.__________________

### Today's Achievements

1.__________________
2.__________________
3.__________________
4.__________________

### Notes:

APRIL

| S | M | T | W | T | F | S |
|---|---|---|---|---|---|---|
| 31 | 1 | 2 | 3 | 4 | 5 | 6 |
| 7 | 8 | 9 | 10 | 11 | 12 | 13 |
| 14 | 15 | 16 | 17 | 18 | 19 | 20 |
| 21 | 22 | 23 | 24 | 25 | 26 | 27 |
| 28 | 29 | 30 | 1 | 2 | 3 | 4 |

## 18 Thursday

## April

7:00____________________
7:30____________________
8:00____________________
8:30____________________
9:00____________________
9:30____________________
10:00____________________
10:30____________________
11:00____________________
11:30____________________
12:00____________________
12:30____________________
1:00____________________
1:30____________________
2:00____________________
2:30____________________
3:00____________________
3:30____________________
4:00____________________
4:30____________________
5:00____________________
5:30____________________
6:00____________________
6:30____________________
7:00____________________
7:30____________________

### To do List

1.____________________
2.____________________
3.____________________
4.____________________
5.____________________
6.____________________
7.____________________
8.____________________
9.____________________
10.____________________

### Must do List

1.____________________
2.____________________
3.____________________
4.____________________

### Top Priority List

1.____________________
2.____________________
3.____________________

### Today's Achievements

1.____________________
2.____________________
3.____________________
4.____________________

### Notes:

*People often say that motivation doesn't last. Well, neither does bathing. That's why we recommend it daily*

*- Zig Ziglar*

# April

Friday **19**

7:00__________
7:30__________
8:00__________
8:30__________
9:00__________
9:30__________
10:00__________
10:30__________
11:00__________
11:30__________
12:00__________
12:30__________
1:00__________
1:30__________
2:00__________
2:30__________
3:00__________
3:30__________
4:00__________
4:30__________
5:00__________
5:30__________
6:00__________
6:30__________
7:00__________
7:30__________

**To do List**

1.__________
2.__________
3.__________
4.__________
5.__________
6.__________
7.__________
8.__________
9.__________
10.__________

**Must do List**

1.__________
2.__________
3.__________
4.__________

**Top Priority List**

1.__________
2.__________
3.__________

**Today's Achievements**

1.__________
2.__________
3.__________
4.__________

**Notes:**

APRIL

| S | M | T | W | T | F | S |
|---|---|---|---|---|---|---|
| 31 | 1 | 2 | 3 | 4 | 5 | 6 |
| 7 | 8 | 9 | 10 | 11 | 12 | 13 |
| 14 | 15 | 16 | 17 | 18 | 19 | 20 |
| 21 | 22 | 23 | 24 | 25 | 26 | 27 |
| 28 | 29 | 30 | 1 | 2 | 3 | 4 |

## 20 Saturday

## April

7:00 __________
7:30 __________
8:00 __________
8:30 __________
9:00 __________
9:30 __________
10:00 __________
10:30 __________
11:00 __________
11:30 __________
12:00 __________
12:30 __________
1:00 __________
1:30 __________
2:00 __________
2:30 __________
3:00 __________
3:30 __________
4:00 __________
4:30 __________
5:00 __________
5:30 __________
6:00 __________
6:30 __________
7:00 __________
7:30 __________

### To do List

1. __________
2. __________
3. __________
4. __________
5. __________
6. __________
7. __________
8. __________
9. __________
10. __________

### Must do List

1. __________
2. __________
3. __________
4. __________

### Top Priority List

1. __________
2. __________
3. __________

### Today's Achievements

1. __________
2. __________
3. __________
4. __________

### Notes:

*In order to succeed, we must first believe that we can.*

*- Nikos Kazantzakis*

# April

## Sunday 21

7:00__________
7:30__________
8:00__________
8:30__________
9:00__________
9:30__________
10:00__________
10:30__________
11:00__________
11:30__________
12:00__________
12:30__________
1:00__________
1:30__________
2:00__________
2:30__________
3:00__________
3:30__________
4:00__________
4:30__________
5:00__________
5:30__________
6:00__________
6:30__________
7:00__________
7:30__________

**Notes:**

APRIL

| S | M | T | W | T | F | S |
|---|---|---|---|---|---|---|
| 31 | 1 | 2 | 3 | 4 | 5 | 6 |
| 7 | 8 | 9 | 10 | 11 | 12 | 13 |
| 14 | 15 | 16 | 17 | 18 | 19 | 20 |
| 21 | 22 | 23 | 24 | 25 | 26 | 27 |
| 28 | 29 | 30 | 1 | 2 | 3 | 4 |

# 22 Monday April

7:00____________________
7:30____________________
8:00____________________
8:30____________________
9:00____________________
9:30____________________
10:00____________________
10:30____________________
11:00____________________
11:30____________________
12:00____________________
12:30____________________
1:00____________________
1:30____________________
2:00____________________
2:30____________________
3:00____________________
3:30____________________
4:00____________________
4:30____________________
5:00____________________
5:30____________________
6:00____________________
6:30____________________
7:00____________________
7:30____________________

**To do List**

1. ____________________
2. ____________________
3. ____________________
4. ____________________
5. ____________________
6. ____________________
7. ____________________
8. ____________________
9. ____________________
10. ____________________

**Must do List**

1. ____________________
2. ____________________
3. ____________________
4. ____________________

**Top Priority List**

1. ____________________
2. ____________________
3. ____________________

**Today's Achievements**

1. ____________________
2. ____________________
3. ____________________
4. ____________________

**Notes:**

*Life is trying things to see if they work.*

*- Ray Bradbury*

# April

## Tuesday 23

7:00
7:30
8:00
8:30
9:00
9:30
10:00
10:30
11:00
11:30
12:00
12:30
1:00
1:30
2:00
2:30
3:00
3:30
4:00
4:30
5:00
5:30
6:00
6:30
7:00
7:30

### To do List

1.
2.
3.
4.
5.
6.
7.
8.
9.
10.

### Must do List

1.
2.
3.
4.

### Top Priority List

1.
2.
3.

### Today's Achievements

1.
2.
3.
4.

### Notes:

APRIL

| S | M | T | W | T | F | S |
|---|---|---|---|---|---|---|
| 31 | 1 | 2 | 3 | 4 | 5 | 6 |
| 7 | 8 | 9 | 10 | 11 | 12 | 13 |
| 14 | 15 | 16 | 17 | 18 | 19 | 20 |
| 21 | 22 | 23 | 24 | 25 | 26 | 27 |
| 28 | 29 | 30 | 1 | 2 | 3 | 4 |

7:00____________________
7:30____________________
8:00____________________
8:30____________________
9:00____________________
9:30____________________
10:00___________________
10:30___________________
11:00___________________
11:30___________________
12:00___________________
12:30___________________
1:00____________________
1:30____________________
2:00____________________
2:30____________________
3:00____________________
3:30____________________
4:00____________________
4:30____________________
5:00____________________
5:30____________________
6:00____________________
6:30____________________
7:00____________________
7:30____________________

**To do List**

1.____________________
2.____________________
3.____________________
4.____________________
5.____________________
6.____________________
7.____________________
8.____________________
9.____________________
10.___________________

**Must do List**

1.____________________
2.____________________
3.____________________
4.____________________

**Top Priority List**

1.____________________
2.____________________
3.____________________

**Today's Achievements**

1.____________________
2.____________________
3.____________________
4.____________________

**Notes:**

*Only put off until tomorrow what you are willing to die having left undone.*

*- Pablo Picasso*

# April

## Thursday 25

7:00________________
7:30________________
8:00________________
8:30________________
9:00________________
9:30________________
10:00________________
10:30________________
11:00________________
11:30________________
12:00________________
12:30________________
1:00________________
1:30________________
2:00________________
2:30________________
3:00________________
3:30________________
4:00________________
4:30________________
5:00________________
5:30________________
6:00________________
6:30________________
7:00________________
7:30________________

### To do List

1. ________________
2. ________________
3. ________________
4. ________________
5. ________________
6. ________________
7. ________________
8. ________________
9. ________________
10. ________________

### Must do List

1. ________________
2. ________________
3. ________________
4. ________________

### Top Priority List

1. ________________
2. ________________
3. ________________

### Today's Achievements

1. ________________
2. ________________
3. ________________
4. ________________

### Notes:

APRIL

| S | M | T | W | T | F | S |
|---|---|---|---|---|---|---|
| 31 | 1 | 2 | 3 | 4 | 5 | 6 |
| 7 | 8 | 9 | 10 | 11 | 12 | 13 |
| 14 | 15 | 16 | 17 | 18 | 19 | 20 |
| 21 | 22 | 23 | 24 | 25 | 26 | 27 |
| 28 | 29 | 30 | 1 | 2 | 3 | 4 |

# 26 Friday

# April

7:00____________________
7:30____________________
8:00____________________
8:30____________________
9:00____________________
9:30____________________
10:00___________________
10:30___________________
11:00___________________
11:30___________________
12:00___________________
12:30___________________
1:00____________________
1:30____________________
2:00____________________
2:30____________________
3:00____________________
3:30____________________
4:00____________________
4:30____________________
5:00____________________
5:30____________________
6:00____________________
6:30____________________
7:00____________________
7:30____________________

## To do List

1.____________________
2.____________________
3.____________________
4.____________________
5.____________________
6.____________________
7.____________________
8.____________________
9.____________________
10.___________________

## Must do List

1.____________________
2.____________________
3.____________________
4.____________________

## Top Priority List

1.____________________
2.____________________
3.____________________

## Today's Achievements

1.____________________
2.____________________
3.____________________
4.____________________

## Notes:

*A will finds a way.*

*- Orison Swett Marden*

# April

## Saturday 27

7:00____________________
7:30____________________
8:00____________________
8:30____________________
9:00____________________
9:30____________________
10:00___________________
10:30___________________
11:00___________________
11:30___________________
12:00___________________
12:30___________________
1:00____________________
1:30____________________
2:00____________________
2:30____________________
3:00____________________
3:30____________________
4:00____________________
4:30____________________
5:00____________________
5:30____________________
6:00____________________
6:30____________________
7:00____________________
7:30____________________

### To do List

1.____________________
2.____________________
3.____________________
4.____________________
5.____________________
6.____________________
7.____________________
8.____________________
9.____________________
10.___________________

### Must do List

1.____________________
2.____________________
3.____________________
4.____________________

### Top Priority List

1.____________________
2.____________________
3.____________________

### Today's Achievements

1.____________________
2.____________________
3.____________________
4.____________________

### Notes:

APRIL

| S | M | T | W | T | F | S |
|---|---|---|---|---|---|---|
| 31 | 1 | 2 | 3 | 4 | 5 | 6 |
| 7 | 8 | 9 | 10 | 11 | 12 | 13 |
| 14 | 15 | 16 | 17 | 18 | 19 | 20 |
| 21 | 22 | 23 | 24 | 25 | 26 | 27 |
| 28 | 29 | 30 | 1 | 2 | 3 | 4 |

# 28 Sunday

# April

7:00____________________
7:30____________________
8:00____________________
8:30____________________
9:00____________________
9:30____________________
10:00___________________
10:30___________________
11:00___________________
11:30___________________
12:00___________________
12:30___________________
1:00____________________
1:30____________________
2:00____________________
2:30____________________
3:00____________________
3:30____________________
4:00____________________
4:30____________________
5:00____________________
5:30____________________
6:00____________________
6:30____________________
7:00____________________
7:30____________________

**Notes:**

*Because in the end, there's no secret to success. You have to have the focus, discipline, and self- control.*

*- Emma Frost*

April

Monday 29

7:00________
7:30________
8:00________
8:30________
9:00________
9:30________
10:00________
10:30________
11:00________
11:30________
12:00________
12:30________
1:00________
1:30________
2:00________
2:30________
3:00________
3:30________
4:00________
4:30________
5:00________
5:30________
6:00________
6:30________
7:00________
7:30________

**To do List**

1.________
2.________
3.________
4.________
5.________
6.________
7.________
8.________
9.________
10.________

**Must do List**

1.________
2.________
3.________
4.________

**Top Priority List**

1.________
2.________
3.________

**Today's Achievements**

1.________
2.________
3.________
4.________

**Notes:**

APRIL

| S | M | T | W | T | F | S |
|---|---|---|---|---|---|---|
| 31 | 1 | 2 | 3 | 4 | 5 | 6 |
| 7 | 8 | 9 | 10 | 11 | 12 | 13 |
| 14 | 15 | 16 | 17 | 18 | 19 | 20 |
| 21 | 22 | 23 | 24 | 25 | 26 | 27 |
| 28 | 29 | 30 | 1 | 2 | 3 | 4 |

# 30 Tuesday

# April

7:00____________________
7:30____________________
8:00____________________
8:30____________________
9:00____________________
9:30____________________
10:00____________________
10:30____________________
11:00____________________
11:30____________________
12:00____________________
12:30____________________
1:00____________________
1:30____________________
2:00____________________
2:30____________________
3:00____________________
3:30____________________
4:00____________________
4:30____________________
5:00____________________
5:30____________________
6:00____________________
6:30____________________
7:00____________________
7:30____________________

## To do List

1.____________________
2.____________________
3.____________________
4.____________________
5.____________________
6.____________________
7.____________________
8.____________________
9.____________________
10.____________________

## Must do List

1.____________________
2.____________________
3.____________________
4.____________________

## Top Priority List

1.____________________
2.____________________
3.____________________

## Today's Achievements

1.____________________
2.____________________
3.____________________
4.____________________

## Notes:

*Learn as if you were not reaching your goal and as though you were scared of missing it*

*- Confucius*

# May

## Wednesday 1

7:00____________________
7:30____________________
8:00____________________
8:30____________________
9:00____________________
9:30____________________
10:00____________________
10:30____________________
11:00____________________
11:30____________________
12:00____________________
12:30____________________
1:00____________________
1:30____________________
2:00____________________
2:30____________________
3:00____________________
3:30____________________
4:00____________________
4:30____________________
5:00____________________
5:30____________________
6:00____________________
6:30____________________
7:00____________________
7:30____________________

### To do List

1.____________________
2.____________________
3.____________________
4.____________________
5.____________________
6.____________________
7.____________________
8.____________________
9.____________________
10.____________________

### Must do List

1.____________________
2.____________________
3.____________________
4.____________________

### Top Priority List

1.____________________
2.____________________
3.____________________

### Today's Achievements

1.____________________
2.____________________
3.____________________
4.____________________

### Notes:

MAY

| S | M | T | W | T | F | S |
|---|---|---|---|---|---|---|
| 28 | 29 | 30 | 1 | 2 | 3 | 4 |
| 5 | 6 | 7 | 8 | 9 | 10 | 11 |
| 12 | 13 | 14 | 15 | 16 | 17 | 18 |
| 19 | 20 | 21 | 22 | 23 | 24 | 25 |
| 26 | 27 | 28 | 29 | 30 | 31 | 1 |

# 2 Thursday May

7:00____________________
7:30____________________
8:00____________________
8:30____________________
9:00____________________
9:30____________________
10:00____________________
10:30____________________
11:00____________________
11:30____________________
12:00____________________
12:30____________________
1:00____________________
1:30____________________
2:00____________________
2:30____________________
3:00____________________
3:30____________________
4:00____________________
4:30____________________
5:00____________________
5:30____________________
6:00____________________
6:30____________________
7:00____________________
7:30____________________

**To do List**

1.____________________
2.____________________
3.____________________
4.____________________
5.____________________
6.____________________
7.____________________
8.____________________
9.____________________
10.____________________

**Must do List**

1.____________________
2.____________________
3.____________________
4.____________________

**Top Priority List**

1.____________________
2.____________________
3.____________________

**Today's Achievements**

1.____________________
2.____________________
3.____________________
4.____________________

**Notes:**

*When crying or laughing are the only choices, always choose laughter*

*- Emma Frost*

May

Friday 3

7:00______
7:30______
8:00______
8:30______
9:00______
9:30______
10:00______
10:30______
11:00______
11:30______
12:00______
12:30______
1:00______
1:30______
2:00______
2:30______
3:00______
3:30______
4:00______
4:30______
5:00______
5:30______
6:00______
6:30______
7:00______
7:30______

**To do List**

1.______
2.______
3.______
4.______
5.______
6.______
7.______
8.______
9.______
10.______

**Must do List**

1.______
2.______
3.______
4.______

**Top Priority List**

1.______
2.______
3.______

**Today's Achievements**

1.______
2.______
3.______
4.______

**Notes:**

MAY

| S | M | T | W | T | F | S |
|---|---|---|---|---|---|---|
| 28 | 29 | 30 | 1 | 2 | 3 | 4 |
| 5 | 6 | 7 | 8 | 9 | 10 | 11 |
| 12 | 13 | 14 | 15 | 16 | 17 | 18 |
| 19 | 20 | 21 | 22 | 23 | 24 | 25 |
| 26 | 27 | 28 | 29 | 30 | 31 | 1 |

# 4 Saturday

# May

7:00__________________________
7:30__________________________
8:00__________________________
8:30__________________________
9:00__________________________
9:30__________________________
10:00_________________________
10:30_________________________
11:00_________________________
11:30_________________________
12:00_________________________
12:30_________________________
1:00__________________________
1:30__________________________
2:00__________________________
2:30__________________________
3:00__________________________
3:30__________________________
4:00__________________________
4:30__________________________
5:00__________________________
5:30__________________________
6:00__________________________
6:30__________________________
7:00__________________________
7:30__________________________

**To do List**

1. ________________________
2. ________________________
3. ________________________
4. ________________________
5. ________________________
6. ________________________
7. ________________________
8. ________________________
9. ________________________
10. _______________________

**Must do List**

1. ________________________
2. ________________________
3. ________________________
4. ________________________

**Top Priority List**

1. ________________________
2. ________________________
3. ________________________

**Today's Achievements**

1. ________________________
2. ________________________
3. ________________________
4. ________________________

**Notes:**

*You never know how strong you are... until being strong is the only choice you have.*

*- Cayla Mills*

# May

## Sunday 5

7:00__________
7:30__________
8:00__________
8:30__________
9:00__________
9:30__________
10:00__________
10:30__________
11:00__________
11:30__________
12:00__________
12:30__________
1:00__________
1:30__________
2:00__________
2:30__________
3:00__________
3:30__________
4:00__________
4:30__________
5:00__________
5:30__________
6:00__________
6:30__________
7:00__________
7:30__________

**Notes:**

MAY

| S | M | T | W | T | F | S |
|---|---|---|---|---|---|---|
| 28 | 29 | 30 | 1 | 2 | 3 | 4 |
| 5 | 6 | 7 | 8 | 9 | 10 | 11 |
| 12 | 13 | 14 | 15 | 16 | 17 | 18 |
| 19 | 20 | 21 | 22 | 23 | 24 | 25 |
| 26 | 27 | 28 | 29 | 30 | 31 | 1 |

# 6 Monday

# May

7:00____________________
7:30____________________
8:00____________________
8:30____________________
9:00____________________
9:30____________________
10:00____________________
10:30____________________
11:00____________________
11:30____________________
12:00____________________
12:30____________________
1:00____________________
1:30____________________
2:00____________________
2:30____________________
3:00____________________
3:30____________________
4:00____________________
4:30____________________
5:00____________________
5:30____________________
6:00____________________
6:30____________________
7:00____________________
7:30____________________

## To do List

1.____________________
2.____________________
3.____________________
4.____________________
5.____________________
6.____________________
7.____________________
8.____________________
9.____________________
10.____________________

## Must do List

1.____________________
2.____________________
3.____________________
4.____________________

## Top Priority List

1.____________________
2.____________________
3.____________________

## Today's Achievements

1.____________________
2.____________________
3.____________________
4.____________________

## Notes:

*Follow your heart, listen to your inner voice, stop caring about what others think.*

*- Roy T. Bennett, The Light in the Heart*

## May

## Tuesday 7

7:00____________________________
7:30____________________________
8:00____________________________
8:30____________________________
9:00____________________________
9:30____________________________
10:00___________________________
10:30___________________________
11:00___________________________
11:30___________________________
12:00___________________________
12:30___________________________
1:00____________________________
1:30____________________________
2:00____________________________
2:30____________________________
3:00____________________________
3:30____________________________
4:00____________________________
4:30____________________________
5:00____________________________
5:30____________________________
6:00____________________________
6:30____________________________
7:00____________________________
7:30____________________________

### To do List

1. ________________________
2. ________________________
3. ________________________
4. ________________________
5. ________________________
6. ________________________
7. ________________________
8. ________________________
9. ________________________
10. _______________________

### Must do List

1. ________________________
2. ________________________
3. ________________________
4. ________________________

### Top Priority List

1. ________________________
2. ________________________
3. ________________________

### Today's Achievements

1. ________________________
2. ________________________
3. ________________________
4. ________________________

### Notes:

MAY

| S | M | T | W | T | F | S |
|---|---|---|---|---|---|---|
| 28 | 29 | 30 | 1 | 2 | 3 | 4 |
| 5 | 6 | 7 | 8 | 9 | 10 | 11 |
| 12 | 13 | 14 | 15 | 16 | 17 | 18 |
| 19 | 20 | 21 | 22 | 23 | 24 | 25 |
| 26 | 27 | 28 | 29 | 30 | 31 | 1 |

# 8 Wednesday May

7:00_____
7:30_____
8:00_____
8:30_____
9:00_____
9:30_____
10:00_____
10:30_____
11:00_____
11:30_____
12:00_____
12:30_____
1:00_____
1:30_____
2:00_____
2:30_____
3:00_____
3:30_____
4:00_____
4:30_____
5:00_____
5:30_____
6:00_____
6:30_____
7:00_____
7:30_____

**To do List**

1.
2.
3.
4.
5.
6.
7.
8.
9.
10.

**Must do List**

1.
2.
3.
4.

**Top Priority List**

1.
2.
3.

**Today's Achievements**

1.
2.
3.
4.

**Notes:**

*Life's a bitch. You've got to go out and kick ass.*

*- Maya Angelou*

# May

## Thursday 9

7:00__________
7:30__________
8:00__________
8:30__________
9:00__________
9:30__________
10:00__________
10:30__________
11:00__________
11:30__________
12:00__________
12:30__________
1:00__________
1:30__________
2:00__________
2:30__________
3:00__________
3:30__________
4:00__________
4:30__________
5:00__________
5:30__________
6:00__________
6:30__________
7:00__________
7:30__________

### To do List

1. __________
2. __________
3. __________
4. __________
5. __________
6. __________
7. __________
8. __________
9. __________
10. __________

### Must do List

1. __________
2. __________
3. __________
4. __________

### Top Priority List

1. __________
2. __________
3. __________

### Today's Achievements

1. __________
2. __________
3. __________
4. __________

### Notes:

MAY

| S | M | T | W | T | F | S |
|---|---|---|---|---|---|---|
| 28 | 29 | 30 | 1 | 2 | 3 | 4 |
| 5 | 6 | 7 | 8 | 9 | 10 | 11 |
| 12 | 13 | 14 | 15 | 16 | 17 | 18 |
| 19 | 20 | 21 | 22 | 23 | 24 | 25 |
| 26 | 27 | 28 | 29 | 30 | 31 | 1 |

## 10 Friday

## May

7:00____________________
7:30____________________
8:00____________________
8:30____________________
9:00____________________
9:30____________________
10:00____________________
10:30____________________
11:00____________________
11:30____________________
12:00____________________
12:30____________________
1:00____________________
1:30____________________
2:00____________________
2:30____________________
3:00____________________
3:30____________________
4:00____________________
4:30____________________
5:00____________________
5:30____________________
6:00____________________
6:30____________________
7:00____________________
7:30____________________

### To do List

1. ____________________
2. ____________________
3. ____________________
4. ____________________
5. ____________________
6. ____________________
7. ____________________
8. ____________________
9. ____________________
10. ____________________

### Must do List

1. ____________________
2. ____________________
3. ____________________
4. ____________________

### Top Priority List

1. ____________________
2. ____________________
3. ____________________

### Today's Achievements

1. ____________________
2. ____________________
3. ____________________
4. ____________________

### Notes:

*Think big and don't listen to people who tell you it can't be done. Life's too short to think small.*

*- Tim Ferriss*

# May

## Saturday 11

7:00
7:30
8:00
8:30
9:00
9:30
10:00
10:30
11:00
11:30
12:00
12:30
1:00
1:30
2:00
2:30
3:00
3:30
4:00
4:30
5:00
5:30
6:00
6:30
7:00
7:30

**To do List**

1.
2.
3.
4.
5.
6.
7.
8.
9.
10.

**Must do List**

1.
2.
3.
4.

**Top Priority List**

1.
2.
3.

**Today's Achievements**

1.
2.
3.
4.

**Notes:**

MAY

| S | M | T | W | T | F | S |
|---|---|---|---|---|---|---|
| 28 | 29 | 30 | 1 | 2 | 3 | 4 |
| 5 | 6 | 7 | 8 | 9 | 10 | 11 |
| 12 | 13 | 14 | 15 | 16 | 17 | 18 |
| 19 | 20 | 21 | 22 | 23 | 24 | 25 |
| 26 | 27 | 28 | 29 | 30 | 31 | 1 |

## 12 Sunday

## May

7:00_________________________
7:30_________________________
8:00_________________________
8:30_________________________
9:00_________________________
9:30_________________________
10:00________________________
10:30________________________
11:00________________________
11:30________________________
12:00________________________
12:30________________________
1:00_________________________
1:30_________________________
2:00_________________________
2:30_________________________
3:00_________________________
3:30_________________________
4:00_________________________
4:30_________________________
5:00_________________________
5:30_________________________
6:00_________________________
6:30_________________________
7:00_________________________
7:30_________________________

**Notes:**

*Try to be a rainbow in someone's cloud.*

*- Maya Angelou*

# May

## Monday 13

7:00 ______
7:30 ______
8:00 ______
8:30 ______
9:00 ______
9:30 ______
10:00 ______
10:30 ______
11:00 ______
11:30 ______
12:00 ______
12:30 ______
1:00 ______
1:30 ______
2:00 ______
2:30 ______
3:00 ______
3:30 ______
4:00 ______
4:30 ______
5:00 ______
5:30 ______
6:00 ______
6:30 ______
7:00 ______
7:30 ______

**To do List**

1. ______
2. ______
3. ______
4. ______
5. ______
6. ______
7. ______
8. ______
9. ______
10. ______

**Must do List**

1. ______
2. ______
3. ______
4. ______

**Top Priority List**

1. ______
2. ______
3. ______

**Today's Achievements**

1. ______
2. ______
3. ______
4. ______

**Notes:**

MAY

| S | M | T | W | T | F | S |
|---|---|---|---|---|---|---|
| 28 | 29 | 30 | 1 | 2 | 3 | 4 |
| 5 | 6 | 7 | 8 | 9 | 10 | 11 |
| 12 | 13 | 14 | 15 | 16 | 17 | 18 |
| 19 | 20 | 21 | 22 | 23 | 24 | 25 |
| 26 | 27 | 28 | 29 | 30 | 31 | 1 |

# 14 Tuesday

# May

7:00__________
7:30__________
8:00__________
8:30__________
9:00__________
9:30__________
10:00__________
10:30__________
11:00__________
11:30__________
12:00__________
12:30__________
1:00__________
1:30__________
2:00__________
2:30__________
3:00__________
3:30__________
4:00__________
4:30__________
5:00__________
5:30__________
6:00__________
6:30__________
7:00__________
7:30__________

**To do List**

1. __________
2. __________
3. __________
4. __________
5. __________
6. __________
7. __________
8. __________
9. __________
10. __________

**Must do List**

1. __________
2. __________
3. __________
4. __________

**Top Priority List**

1. __________
2. __________
3. __________

**Today's Achievements**

1. __________
2. __________
3. __________
4. __________

**Notes:**

*What You Lack In Talent Can Be Made Up With Desire, Hustle And Giving 110% All The Time.*

*- Don Zimmer*

# May

## Wednesday 15

7:00______________________________
7:30______________________________
8:00______________________________
8:30______________________________
9:00______________________________
9:30______________________________
10:00______________________________
10:30______________________________
11:00______________________________
11:30______________________________
12:00______________________________
12:30______________________________
1:00______________________________
1:30______________________________
2:00______________________________
2:30______________________________
3:00______________________________
3:30______________________________
4:00______________________________
4:30______________________________
5:00______________________________
5:30______________________________
6:00______________________________
6:30______________________________
7:00______________________________
7:30______________________________

**To do List**

1.______________________________
2.______________________________
3.______________________________
4.______________________________
5.______________________________
6.______________________________
7.______________________________
8.______________________________
9.______________________________
10.______________________________

**Must do List**

1.______________________________
2.______________________________
3.______________________________
4.______________________________

**Top Priority List**

1.______________________________
2.______________________________
3.______________________________

**Today's Achievements**

1.______________________________
2.______________________________
3.______________________________
4.______________________________

**Notes:**

MAY

| S | M | T | W | T | F | S |
|---|---|---|---|---|---|---|
| 28 | 29 | 30 | 1 | 2 | 3 | 4 |
| 5 | 6 | 7 | 8 | 9 | 10 | 11 |
| 12 | 13 | 14 | 15 | 16 | 17 | 18 |
| 19 | 20 | 21 | 22 | 23 | 24 | 25 |
| 26 | 27 | 28 | 29 | 30 | 31 | 1 |

# 16 Thursday

# May

7:00______________________________
7:30______________________________
8:00______________________________
8:30______________________________
9:00______________________________
9:30______________________________
10:00_____________________________
10:30_____________________________
11:00_____________________________
11:30_____________________________
12:00_____________________________
12:30_____________________________
1:00______________________________
1:30______________________________
2:00______________________________
2:30______________________________
3:00______________________________
3:30______________________________
4:00______________________________
4:30______________________________
5:00______________________________
5:30______________________________
6:00______________________________
6:30______________________________
7:00______________________________
7:30______________________________

## To do List

1. __________________________
2. __________________________
3. __________________________
4. __________________________
5. __________________________
6. __________________________
7. __________________________
8. __________________________
9. __________________________
10. _________________________

## Must do List

1. __________________________
2. __________________________
3. __________________________
4. __________________________

## Top Priority List

1. __________________________
2. __________________________
3. __________________________

## Today's Achievements

1. __________________________
2. __________________________
3. __________________________
4. __________________________

## Notes:

*If you want to do something, do it. You never know when you will run out of life.*

*- Emma Frost*

# May

## Friday 17

7:00
7:30
8:00
8:30
9:00
9:30
10:00
10:30
11:00
11:30
12:00
12:30
1:00
1:30
2:00
2:30
3:00
3:30
4:00
4:30
5:00
5:30
6:00
6:30
7:00
7:30

**To do List**

1.
2.
3.
4.
5.
6.
7.
8.
9.
10.

**Must do List**

1.
2.
3.
4.

**Top Priority List**

1.
2.
3.

**Today's Achievements**

1.
2.
3.
4.

**Notes:**

MAY

| S | M | T | W | T | F | S |
|---|---|---|---|---|---|---|
| 28 | 29 | 30 | 1 | 2 | 3 | 4 |
| 5 | 6 | 7 | 8 | 9 | 10 | 11 |
| 12 | 13 | 14 | 15 | 16 | 17 | 18 |
| 19 | 20 | 21 | 22 | 23 | 24 | 25 |
| 26 | 27 | 28 | 29 | 30 | 31 | 1 |

## 18 Saturday

## May

7:00__________
7:30__________
8:00__________
8:30__________
9:00__________
9:30__________
10:00__________
10:30__________
11:00__________
11:30__________
12:00__________
12:30__________
1:00__________
1:30__________
2:00__________
2:30__________
3:00__________
3:30__________
4:00__________
4:30__________
5:00__________
5:30__________
6:00__________
6:30__________
7:00__________
7:30__________

### To do List

1. __________
2. __________
3. __________
4. __________
5. __________
6. __________
7. __________
8. __________
9. __________
10. __________

### Must do List

1. __________
2. __________
3. __________
4. __________

### Top Priority List

1. __________
2. __________
3. __________

### Today's Achievements

1. __________
2. __________
3. __________
4. __________

### Notes:

*Put your heart, mind, and soul into even your smallest acts. This is the secret of success.*

*- Swami Sivananda*

# May

## Sunday 19

7:00______________________________
7:30______________________________
8:00______________________________
8:30______________________________
9:00______________________________
9:30______________________________
10:00_____________________________
10:30_____________________________
11:00_____________________________
11:30_____________________________
12:00_____________________________
12:30_____________________________
1:00______________________________
1:30______________________________
2:00______________________________
2:30______________________________
3:00______________________________
3:30______________________________
4:00______________________________
4:30______________________________
5:00______________________________
5:30______________________________
6:00______________________________
6:30______________________________
7:00______________________________
7:30______________________________

**Notes:**

MAY

| S | M | T | W | T | F | S |
|---|---|---|---|---|---|---|
| 28 | 29 | 30 | 1 | 2 | 3 | 4 |
| 5 | 6 | 7 | 8 | 9 | 10 | 11 |
| 12 | 13 | 14 | 15 | 16 | 17 | 18 |
| 19 | 20 | 21 | 22 | 23 | 24 | 25 |
| 26 | 27 | 28 | 29 | 30 | 31 | 1 |

## 20 Monday

## May

7:00________________________
7:30________________________
8:00________________________
8:30________________________
9:00________________________
9:30________________________
10:00_______________________
10:30_______________________
11:00_______________________
11:30_______________________
12:00_______________________
12:30_______________________
1:00________________________
1:30________________________
2:00________________________
2:30________________________
3:00________________________
3:30________________________
4:00________________________
4:30________________________
5:00________________________
5:30________________________
6:00________________________
6:30________________________
7:00________________________
7:30________________________

**Notes:**

**To do List**

1.____________________
2.____________________
3.____________________
4.____________________
5.____________________
6.____________________
7.____________________
8.____________________
9.____________________
10.___________________

**Must do List**

1.____________________
2.____________________
3.____________________
4.____________________

**Top Priority List**

1.____________________
2.____________________
3.____________________

**Today's Achievements**

1.____________________
2.____________________
3.____________________
4.____________________

*Accept yourself, love yourself, and keep moving forward. If you want to fly, you have to give up what weighs you down.*

*- Roy T. Bennett*

## May

## Tuesday 21

7:00______________________
7:30______________________
8:00______________________
8:30______________________
9:00______________________
9:30______________________
10:00______________________
10:30______________________
11:00______________________
11:30______________________
12:00______________________
12:30______________________
1:00______________________
1:30______________________
2:00______________________
2:30______________________
3:00______________________
3:30______________________
4:00______________________
4:30______________________
5:00______________________
5:30______________________
6:00______________________
6:30______________________
7:00______________________
7:30______________________

### To do List

1.______________________
2.______________________
3.______________________
4.______________________
5.______________________
6.______________________
7.______________________
8.______________________
9.______________________
10.______________________

### Must do List

1.______________________
2.______________________
3.______________________
4.______________________

### Top Priority List

1.______________________
2.______________________
3.______________________

### Today's Achievements

1.______________________
2.______________________
3.______________________
4.______________________

### Notes:

MAY

| S | M | T | W | T | F | S |
|---|---|---|---|---|---|---|
| 28 | 29 | 30 | 1 | 2 | 3 | 4 |
| 5 | 6 | 7 | 8 | 9 | 10 | 11 |
| 12 | 13 | 14 | 15 | 16 | 17 | 18 |
| 19 | 20 | 21 | 22 | 23 | 24 | 25 |
| 26 | 27 | 28 | 29 | 30 | 31 | 1 |

# 22 Wednesday

# May

7:00__________
7:30__________
8:00__________
8:30__________
9:00__________
9:30__________
10:00__________
10:30__________
11:00__________
11:30__________
12:00__________
12:30__________
1:00__________
1:30__________
2:00__________
2:30__________
3:00__________
3:30__________
4:00__________
4:30__________
5:00__________
5:30__________
6:00__________
6:30__________
7:00__________
7:30__________

## To do List

1.__________
2.__________
3.__________
4.__________
5.__________
6.__________
7.__________
8.__________
9.__________
10.__________

## Must do List

1.__________
2.__________
3.__________
4.__________

## Top Priority List

1.__________
2.__________
3.__________

## Today's Achievements

1.__________
2.__________
3.__________
4.__________

## Notes:

*All the world is made of faith,*
*and trust, and pixie dust.*

*- J.M. Barrie, Peter Pan*

# May

## Thursday 23

7:00 ______
7:30 ______
8:00 ______
8:30 ______
9:00 ______
9:30 ______
10:00 ______
10:30 ______
11:00 ______
11:30 ______
12:00 ______
12:30 ______
1:00 ______
1:30 ______
2:00 ______
2:30 ______
3:00 ______
3:30 ______
4:00 ______
4:30 ______
5:00 ______
5:30 ______
6:00 ______
6:30 ______
7:00 ______
7:30 ______

**To do List**

1. ______
2. ______
3. ______
4. ______
5. ______
6. ______
7. ______
8. ______
9. ______
10. ______

**Must do List**

1. ______
2. ______
3. ______
4. ______

**Top Priority List**

1. ______
2. ______
3. ______

**Today's Achievements**

1. ______
2. ______
3. ______
4. ______

**Notes:**

MAY

| S | M | T | W | T | F | S |
|---|---|---|---|---|---|---|
| 28 | 29 | 30 | 1 | 2 | 3 | 4 |
| 5 | 6 | 7 | 8 | 9 | 10 | 11 |
| 12 | 13 | 14 | 15 | 16 | 17 | 18 |
| 19 | 20 | 21 | 22 | 23 | 24 | 25 |
| 26 | 27 | 28 | 29 | 30 | 31 | 1 |

## 24 Friday

## May

7:00__________
7:30__________
8:00__________
8:30__________
9:00__________
9:30__________
10:00__________
10:30__________
11:00__________
11:30__________
12:00__________
12:30__________
1:00__________
1:30__________
2:00__________
2:30__________
3:00__________
3:30__________
4:00__________
4:30__________
5:00__________
5:30__________
6:00__________
6:30__________
7:00__________
7:30__________

### To do List

1. __________
2. __________
3. __________
4. __________
5. __________
6. __________
7. __________
8. __________
9. __________
10. __________

### Must do List

1. __________
2. __________
3. __________
4. __________

### Top Priority List

1. __________
2. __________
3. __________

### Today's Achievements

1. __________
2. __________
3. __________
4. __________

### Notes:

*Beware; for I am fearless, and therefore powerful.*

*- Mary Shelley, Frankenstein*

# May

## Saturday 25

7:00____________________
7:30____________________
8:00____________________
8:30____________________
9:00____________________
9:30____________________
10:00____________________
10:30____________________
11:00____________________
11:30____________________
12:00____________________
12:30____________________
1:00____________________
1:30____________________
2:00____________________
2:30____________________
3:00____________________
3:30____________________
4:00____________________
4:30____________________
5:00____________________
5:30____________________
6:00____________________
6:30____________________
7:00____________________
7:30____________________

**To do List**

1.____________________
2.____________________
3.____________________
4.____________________
5.____________________
6.____________________
7.____________________
8.____________________
9.____________________
10.____________________

**Must do List**

1.____________________
2.____________________
3.____________________
4.____________________

**Top Priority List**

1.____________________
2.____________________
3.____________________

**Today's Achievements**

1.____________________
2.____________________
3.____________________
4.____________________

**Notes:**

MAY

| S | M | T | W | T | F | S |
|---|---|---|---|---|---|---|
| 28 | 29 | 30 | 1 | 2 | 3 | 4 |
| 5 | 6 | 7 | 8 | 9 | 10 | 11 |
| 12 | 13 | 14 | 15 | 16 | 17 | 18 |
| 19 | 20 | 21 | 22 | 23 | 24 | 25 |
| 26 | 27 | 28 | 29 | 30 | 31 | 1 |

# 26 Sunday

# May

7:00____________________________
7:30____________________________
8:00____________________________
8:30____________________________
9:00____________________________
9:30____________________________
10:00___________________________
10:30___________________________
11:00___________________________
11:30___________________________
12:00___________________________
12:30___________________________
1:00____________________________
1:30____________________________
2:00____________________________
2:30____________________________
3:00____________________________
3:30____________________________
4:00____________________________
4:30____________________________
5:00____________________________
5:30____________________________
6:00____________________________
6:30____________________________
7:00____________________________
7:30____________________________

**Notes:**

*Change may not always bring growth, but there is no growth without change.*

*- Roy T. Bennett, The Light in the Heart*

# May

# Monday 27

7:00________________
7:30________________
8:00________________
8:30________________
9:00________________
9:30________________
10:00________________
10:30________________
11:00________________
11:30________________
12:00________________
12:30________________
1:00________________
1:30________________
2:00________________
2:30________________
3:00________________
3:30________________
4:00________________
4:30________________
5:00________________
5:30________________
6:00________________
6:30________________
7:00________________
7:30________________

**To do List**

1. ________________
2. ________________
3. ________________
4. ________________
5. ________________
6. ________________
7. ________________
8. ________________
9. ________________
10. ________________

**Must do List**

1. ________________
2. ________________
3. ________________
4. ________________

**Top Priority List**

1. ________________
2. ________________
3. ________________

**Today's Achievements**

1. ________________
2. ________________
3. ________________
4. ________________

**Notes:**

MAY

| S | M | T | W | T | F | S |
|---|---|---|---|---|---|---|
| 28 | 29 | 30 | 1 | 2 | 3 | 4 |
| 5 | 6 | 7 | 8 | 9 | 10 | 11 |
| 12 | 13 | 14 | 15 | 16 | 17 | 18 |
| 19 | 20 | 21 | 22 | 23 | 24 | 25 |
| 26 | 27 | 28 | 29 | 30 | 31 | 1 |

## 28 Tuesday

## May

7:00____________________
7:30____________________
8:00____________________
8:30____________________
9:00____________________
9:30____________________
10:00____________________
10:30____________________
11:00____________________
11:30____________________
12:00____________________
12:30____________________
1:00____________________
1:30____________________
2:00____________________
2:30____________________
3:00____________________
3:30____________________
4:00____________________
4:30____________________
5:00____________________
5:30____________________
6:00____________________
6:30____________________
7:00____________________
7:30____________________

### To do List

1.____________________
2.____________________
3.____________________
4.____________________
5.____________________
6.____________________
7.____________________
8.____________________
9.____________________
10.____________________

### Must do List

1.____________________
2.____________________
3.____________________
4.____________________

### Top Priority List

1.____________________
2.____________________
3.____________________

### Today's Achievements

1.____________________
2.____________________
3.____________________
4.____________________

### Notes:

*Don't depend on other people as the source of your happiness*

*- Joyce Meyer*

# May

## Wednesday 29

7:00
7:30
8:00
8:30
9:00
9:30
10:00
10:30
11:00
11:30
12:00
12:30
1:00
1:30
2:00
2:30
3:00
3:30
4:00
4:30
5:00
5:30
6:00
6:30
7:00
7:30

**To do List**

1.
2.
3.
4.
5.
6.
7.
8.
9.
10.

**Must do List**

1.
2.
3.
4.

**Top Priority List**

1.
2.
3.

**Today's Achievements**

1.
2.
3.
4.

**Notes:**

MAY

| S | M | T | W | T | F | S |
|---|---|---|---|---|---|---|
| 28 | 29 | 30 | 1 | 2 | 3 | 4 |
| 5 | 6 | 7 | 8 | 9 | 10 | 11 |
| 12 | 13 | 14 | 15 | 16 | 17 | 18 |
| 19 | 20 | 21 | 22 | 23 | 24 | 25 |
| 26 | 27 | 28 | 29 | 30 | 31 | 1 |

# 30 Thursday May

7:00____________________
7:30____________________
8:00____________________
8:30____________________
9:00____________________
9:30____________________
10:00___________________
10:30___________________
11:00___________________
11:30___________________
12:00___________________
12:30___________________
1:00____________________
1:30____________________
2:00____________________
2:30____________________
3:00____________________
3:30____________________
4:00____________________
4:30____________________
5:00____________________
5:30____________________
6:00____________________
6:30____________________
7:00____________________
7:30____________________

**To do List**

1. ____________________
2. ____________________
3. ____________________
4. ____________________
5. ____________________
6. ____________________
7. ____________________
8. ____________________
9. ____________________
10. ___________________

**Must do List**

1. ____________________
2. ____________________
3. ____________________
4. ____________________

**Top Priority List**

1. ____________________
2. ____________________
3. ____________________

**Today's Achievements**

1. ____________________
2. ____________________
3. ____________________
4. ____________________

**Notes:**

*If you focus on what you left behind, you will never see what lies ahead.*

*- Gusteau, From Ratatouille*

# May

# Friday 31

7:00
7:30
8:00
8:30
9:00
9:30
10:00
10:30
11:00
11:30
12:00
12:30
1:00
1:30
2:00
2:30
3:00
3:30
4:00
4:30
5:00
5:30
6:00
6:30
7:00
7:30

**To do List**

1.
2.
3.
4.
5.
6.
7.
8.
9.
10.

**Must do List**

1.
2.
3.
4.

**Top Priority List**

1.
2.
3.

**Today's Achievements**

1.
2.
3.
4.

**Notes:**

JUNE

| S | M | T | W | T | F | S |
|---|---|---|---|---|---|---|
| 28 | 29 | 30 | 1 | 2 | 3 | 4 |
| 5 | 6 | 7 | 8 | 9 | 10 | 11 |
| 12 | 13 | 14 | 15 | 16 | 17 | 18 |
| 19 | 20 | 21 | 22 | 23 | 24 | 25 |
| 26 | 27 | 28 | 29 | 30 | 31 | 1 |

# 1 Saturday

# June

7:00____________________
7:30____________________
8:00____________________
8:30____________________
9:00____________________
9:30____________________
10:00___________________
10:30___________________
11:00___________________
11:30___________________
12:00___________________
12:30___________________
1:00____________________
1:30____________________
2:00____________________
2:30____________________
3:00____________________
3:30____________________
4:00____________________
4:30____________________
5:00____________________
5:30____________________
6:00____________________
6:30____________________
7:00____________________
7:30____________________

## To do List

1.____________________
2.____________________
3.____________________
4.____________________
5.____________________
6.____________________
7.____________________
8.____________________
9.____________________
10.___________________

## Must do List

1.____________________
2.____________________
3.____________________
4.____________________

## Top Priority List

1.____________________
2.____________________
3.____________________

## Today's Achievements

1.____________________
2.____________________
3.____________________
4.____________________

## Notes:

*Just because it's what's done, doesn't mean it's what should be done.*

*- Cinderella*

# June

Sunday 2

7:00________________________
7:30________________________
8:00________________________
8:30________________________
9:00________________________
9:30________________________
10:00_______________________
10:30_______________________
11:00_______________________
11:30_______________________
12:00_______________________
12:30_______________________
1:00________________________
1:30________________________
2:00________________________
2:30________________________
3:00________________________
3:30________________________
4:00________________________
4:30________________________
5:00________________________
5:30________________________
6:00________________________
6:30________________________
7:00________________________
7:30________________________

**Notes:**

JUNE

| S | M | T | W | T | F | S |
|---|---|---|---|---|---|---|
| 28 | 29 | 30 | 1 | 2 | 3 | 4 |
| 5 | 6 | 7 | 8 | 9 | 10 | 11 |
| 12 | 13 | 14 | 15 | 16 | 17 | 18 |
| 19 | 20 | 21 | 22 | 23 | 24 | 25 |
| 26 | 27 | 28 | 29 | 30 | 31 | 1 |

# 3 Monday

# June

7:00____________________
7:30____________________
8:00____________________
8:30____________________
9:00____________________
9:30____________________
10:00____________________
10:30____________________
11:00____________________
11:30____________________
12:00____________________
12:30____________________
1:00____________________
1:30____________________
2:00____________________
2:30____________________
3:00____________________
3:30____________________
4:00____________________
4:30____________________
5:00____________________
5:30____________________
6:00____________________
6:30____________________
7:00____________________
7:30____________________

**To do List**

1. ____________________
2. ____________________
3. ____________________
4. ____________________
5. ____________________
6. ____________________
7. ____________________
8. ____________________
9. ____________________
10. ____________________

**Must do List**

1. ____________________
2. ____________________
3. ____________________
4. ____________________

**Top Priority List**

1. ____________________
2. ____________________
3. ____________________

**Today's Achievements**

1. ____________________
2. ____________________
3. ____________________
4. ____________________

**Notes:**

*Life shrinks or expands in proportion to one's courage.*

*- Anaïs Nin*

# June

## Tuesday 4

7:00____________________
7:30____________________
8:00____________________
8:30____________________
9:00____________________
9:30____________________
10:00___________________
10:30___________________
11:00___________________
11:30___________________
12:00___________________
12:30___________________
1:00____________________
1:30____________________
2:00____________________
2:30____________________
3:00____________________
3:30____________________
4:00____________________
4:30____________________
5:00____________________
5:30____________________
6:00____________________
6:30____________________
7:00____________________
7:30____________________

### To do List

1. ____________________
2. ____________________
3. ____________________
4. ____________________
5. ____________________
6. ____________________
7. ____________________
8. ____________________
9. ____________________
10. ___________________

### Must do List

1. ____________________
2. ____________________
3. ____________________
4. ____________________

### Top Priority List

1. ____________________
2. ____________________
3. ____________________

### Today's Achievements

1. ____________________
2. ____________________
3. ____________________
4. ____________________

### Notes:

JUNE

| S | M | T | W | T | F | S |
|---|---|---|---|---|---|---|
| 28 | 29 | 30 | 1 | 2 | 3 | 4 |
| 5 | 6 | 7 | 8 | 9 | 10 | 11 |
| 12 | 13 | 14 | 15 | 16 | 17 | 18 |
| 19 | 20 | 21 | 22 | 23 | 24 | 25 |
| 26 | 27 | 28 | 29 | 30 | 31 | 1 |

# 5 Wednesday

# June

7:00__________
7:30__________
8:00__________
8:30__________
9:00__________
9:30__________
10:00__________
10:30__________
11:00__________
11:30__________
12:00__________
12:30__________
1:00__________
1:30__________
2:00__________
2:30__________
3:00__________
3:30__________
4:00__________
4:30__________
5:00__________
5:30__________
6:00__________
6:30__________
7:00__________
7:30__________

## To do List

1. __________
2. __________
3. __________
4. __________
5. __________
6. __________
7. __________
8. __________
9. __________
10. __________

## Must do List

1. __________
2. __________
3. __________
4. __________

## Top Priority List

1. __________
2. __________
3. __________

## Today's Achievements

1. __________
2. __________
3. __________
4. __________

## Notes:

*Shine your light and make a positive impact on the world; there is nothing so honorable as helping improve the lives of others.*

*- Roy T. Bennett*

# June

## Thursday 6

7:00________________
7:30________________
8:00________________
8:30________________
9:00________________
9:30________________
10:00________________
10:30________________
11:00________________
11:30________________
12:00________________
12:30________________
1:00________________
1:30________________
2:00________________
2:30________________
3:00________________
3:30________________
4:00________________
4:30________________
5:00________________
5:30________________
6:00________________
6:30________________
7:00________________
7:30________________

### To do List

1.________________
2.________________
3.________________
4.________________
5.________________
6.________________
7.________________
8.________________
9.________________
10.________________

### Must do List

1.________________
2.________________
3.________________
4.________________

### Top Priority List

1.________________
2.________________
3.________________

### Today's Achievements

1.________________
2.________________
3.________________
4.________________

### Notes:

JUNE

| S | M | T | W | T | F | S |
|---|---|---|---|---|---|---|
| 28 | 29 | 30 | 1 | 2 | 3 | 4 |
| 5 | 6 | 7 | 8 | 9 | 10 | 11 |
| 12 | 13 | 14 | 15 | 16 | 17 | 18 |
| 19 | 20 | 21 | 22 | 23 | 24 | 25 |
| 26 | 27 | 28 | 29 | 30 | 31 | 1 |

## 7 Friday

## June

7:00______________
7:30______________
8:00______________
8:30______________
9:00______________
9:30______________
10:00______________
10:30______________
11:00______________
11:30______________
12:00______________
12:30______________
1:00______________
1:30______________
2:00______________
2:30______________
3:00______________
3:30______________
4:00______________
4:30______________
5:00______________
5:30______________
6:00______________
6:30______________
7:00______________
7:30______________

**To do List**

1.______________
2.______________
3.______________
4.______________
5.______________
6.______________
7.______________
8.______________
9.______________
10.______________

**Must do List**

1.______________
2.______________
3.______________
4.______________

**Top Priority List**

1.______________
2.______________
3.______________

**Today's Achievements**

1.______________
2.______________
3.______________
4.______________

**Notes:**

*Sometimes the right path is not the easiest one.*

*- Grandmother Willow, Pocahontas*

# June

## Saturday 8

7:00____________________
7:30____________________
8:00____________________
8:30____________________
9:00____________________
9:30____________________
10:00____________________
10:30____________________
11:00____________________
11:30____________________
12:00____________________
12:30____________________
1:00____________________
1:30____________________
2:00____________________
2:30____________________
3:00____________________
3:30____________________
4:00____________________
4:30____________________
5:00____________________
5:30____________________
6:00____________________
6:30____________________
7:00____________________
7:30____________________

### To do List

1. ____________________
2. ____________________
3. ____________________
4. ____________________
5. ____________________
6. ____________________
7. ____________________
8. ____________________
9. ____________________
10. ____________________

### Must do List

1. ____________________
2. ____________________
3. ____________________
4. ____________________

### Top Priority List

1. ____________________
2. ____________________
3. ____________________

### Today's Achievements

1. ____________________
2. ____________________
3. ____________________
4. ____________________

### Notes:

JUNE

| S | M | T | W | T | F | S |
|---|---|---|---|---|---|---|
| 28 | 29 | 30 | 1 | 2 | 3 | 4 |
| 5 | 6 | 7 | 8 | 9 | 10 | 11 |
| 12 | 13 | 14 | 15 | 16 | 17 | 18 |
| 19 | 20 | 21 | 22 | 23 | 24 | 25 |
| 26 | 27 | 28 | 29 | 30 | 31 | 1 |

## 9 Sunday

## June

7:00______________________________
7:30______________________________
8:00______________________________
8:30______________________________
9:00______________________________
9:30______________________________
10:00_____________________________
10:30_____________________________
11:00_____________________________
11:30_____________________________
12:00_____________________________
12:30_____________________________
1:00______________________________
1:30______________________________
2:00______________________________
2:30______________________________
3:00______________________________
3:30______________________________
4:00______________________________
4:30______________________________
5:00______________________________
5:30______________________________
6:00______________________________
6:30______________________________
7:00______________________________
7:30______________________________

**Notes:**

*The highest reward for a person's toil is not what they get for it, but what they become by it.*

*- John Ruskin*

# June

## Monday 10

7:00________________
7:30________________
8:00________________
8:30________________
9:00________________
9:30________________
10:00________________
10:30________________
11:00________________
11:30________________
12:00________________
12:30________________
1:00________________
1:30________________
2:00________________
2:30________________
3:00________________
3:30________________
4:00________________
4:30________________
5:00________________
5:30________________
6:00________________
6:30________________
7:00________________
7:30________________

**Notes:**

**To do List**

1.________________
2.________________
3.________________
4.________________
5.________________
6.________________
7.________________
8.________________
9.________________
10.________________

**Must do List**

1.________________
2.________________
3.________________
4.________________

**Top Priority List**

1.________________
2.________________
3.________________

**Today's Achievements**

1.________________
2.________________
3.________________
4.________________

**JUNE**

| S | M | T | W | T | F | S |
|---|---|---|---|---|---|---|
| 28 | 29 | 30 | 1 | 2 | 3 | 4 |
| 5 | 6 | 7 | 8 | 9 | 10 | 11 |
| 12 | 13 | 14 | 15 | 16 | 17 | 18 |
| 19 | 20 | 21 | 22 | 23 | 24 | 25 |
| 26 | 27 | 28 | 29 | 30 | 31 | 1 |

## 11 Tuesday

## June

7:00__________
7:30__________
8:00__________
8:30__________
9:00__________
9:30__________
10:00__________
10:30__________
11:00__________
11:30__________
12:00__________
12:30__________
1:00__________
1:30__________
2:00__________
2:30__________
3:00__________
3:30__________
4:00__________
4:30__________
5:00__________
5:30__________
6:00__________
6:30__________
7:00__________
7:30__________

### To do List

1. __________
2. __________
3. __________
4. __________
5. __________
6. __________
7. __________
8. __________
9. __________
10. __________

### Must do List

1. __________
2. __________
3. __________
4. __________

### Top Priority List

1. __________
2. __________
3. __________

### Today's Achievements

1. __________
2. __________
3. __________
4. __________

### Notes:

*Think not about what will happen if you do, think about what will happen if you do not.*

*- Emma Frost*

# June

## Wednesday 12

7:00____
7:30____
8:00____
8:30____
9:00____
9:30____
10:00____
10:30____
11:00____
11:30____
12:00____
12:30____
1:00____
1:30____
2:00____
2:30____
3:00____
3:30____
4:00____
4:30____
5:00____
5:30____
6:00____
6:30____
7:00____
7:30____

**To do List**

1. ____
2. ____
3. ____
4. ____
5. ____
6. ____
7. ____
8. ____
9. ____
10. ____

**Must do List**

1. ____
2. ____
3. ____
4. ____

**Top Priority List**

1. ____
2. ____
3. ____

**Today's Achievements**

1. ____
2. ____
3. ____
4. ____

**Notes:**

JUNE

| S | M | T | W | T | F | S |
|---|---|---|---|---|---|---|
| 28 | 29 | 30 | 1 | 2 | 3 | 4 |
| 5 | 6 | 7 | 8 | 9 | 10 | 11 |
| 12 | 13 | 14 | 15 | 16 | 17 | 18 |
| 19 | 20 | 21 | 22 | 23 | 24 | 25 |
| 26 | 27 | 28 | 29 | 30 | 31 | 1 |

# 13 Thursday

# June

7:00______________________________

7:30______________________________

8:00______________________________

8:30______________________________

9:00______________________________

9:30______________________________

10:00_____________________________

10:30_____________________________

11:00_____________________________

11:30_____________________________

12:00_____________________________

12:30_____________________________

1:00______________________________

1:30______________________________

2:00______________________________

2:30______________________________

3:00______________________________

3:30______________________________

4:00______________________________

4:30______________________________

5:00______________________________

5:30______________________________

6:00______________________________

6:30______________________________

7:00______________________________

7:30______________________________

## To do List

1.____________________________
2.____________________________
3.____________________________
4.____________________________
5.____________________________
6.____________________________
7.____________________________
8.____________________________
9.____________________________
10.___________________________

## Must do List

1.____________________________
2.____________________________
3.____________________________
4.____________________________

## Top Priority List

1.____________________________
2.____________________________
3.____________________________

## Today's Achievements

1.____________________________
2.____________________________
3.____________________________
4.____________________________

## Notes:

*Today is a good day to try.*

*- Quasimodo*

# June

Friday **14**

7:00
7:30
8:00
8:30
9:00
9:30
10:00
10:30
11:00
11:30
12:00
12:30
1:00
1:30
2:00
2:30
3:00
3:30
4:00
4:30
5:00
5:30
6:00
6:30
7:00
7:30

**To do List**

1.
2.
3.
4.
5.
6.
7.
8.
9.
10.

**Must do List**

1.
2.
3.
4.

**Top Priority List**

1.
2.
3.

**Today's Achievements**

1.
2.
3.
4.

**Notes:**

JUNE

| S | M | T | W | T | F | S |
|---|---|---|---|---|---|---|
| 28 | 29 | 30 | 1 | 2 | 3 | 4 |
| 5 | 6 | 7 | 8 | 9 | 10 | 11 |
| 12 | 13 | 14 | 15 | 16 | 17 | 18 |
| 19 | 20 | 21 | 22 | 23 | 24 | 25 |
| 26 | 27 | 28 | 29 | 30 | 31 | 1 |

## 15 Saturday

## June

7:00__________
7:30__________
8:00__________
8:30__________
9:00__________
9:30__________
10:00__________
10:30__________
11:00__________
11:30__________
12:00__________
12:30__________
1:00__________
1:30__________
2:00__________
2:30__________
3:00__________
3:30__________
4:00__________
4:30__________
5:00__________
5:30__________
6:00__________
6:30__________
7:00__________
7:30__________

### To do List

1.__________
2.__________
3.__________
4.__________
5.__________
6.__________
7.__________
8.__________
9.__________
10.__________

### Must do List

1.__________
2.__________
3.__________
4.__________

### Top Priority List

1.__________
2.__________
3.__________

### Today's Achievements

1.__________
2.__________
3.__________
4.__________

### Notes:

*Welcome every morning with a smile. Look on the new day as another special gift from your Creator, another golden opportunity.*

*- Og Mandino*

# June

## Sunday 16

7:00____________________________
7:30____________________________
8:00____________________________
8:30____________________________
9:00____________________________
9:30____________________________
10:00___________________________
10:30___________________________
11:00___________________________
11:30___________________________
12:00___________________________
12:30___________________________
1:00____________________________
1:30____________________________
2:00____________________________
2:30____________________________
3:00____________________________
3:30____________________________
4:00____________________________
4:30____________________________
5:00____________________________
5:30____________________________
6:00____________________________
6:30____________________________
7:00____________________________
7:30____________________________

**Notes:**

**JUNE**

| S | M | T | W | T | F | S |
|---|---|---|---|---|---|---|
| 28 | 29 | 30 | 1 | 2 | 3 | 4 |
| 5 | 6 | 7 | 8 | 9 | 10 | 11 |
| 12 | 13 | 14 | 15 | 16 | 17 | 18 |
| 19 | 20 | 21 | 22 | 23 | 24 | 25 |
| 26 | 27 | 28 | 29 | 30 | 31 | 1 |

# 17 Monday June

7:00____
7:30____
8:00____
8:30____
9:00____
9:30____
10:00____
10:30____
11:00____
11:30____
12:00____
12:30____
1:00____
1:30____
2:00____
2:30____
3:00____
3:30____
4:00____
4:30____
5:00____
5:30____
6:00____
6:30____
7:00____
7:30____

**To do List**

1. ____
2. ____
3. ____
4. ____
5. ____
6. ____
7. ____
8. ____
9. ____
10. ____

**Must do List**

1. ____
2. ____
3. ____
4. ____

**Top Priority List**

1. ____
2. ____
3. ____

**Today's Achievements**

1. ____
2. ____
3. ____
4. ____

**Notes:**

*What would you do if you had 24 hours left to live? Go and do it.*

*- Emma Frost*

# June

## Tuesday 18

7:00____________________
7:30____________________
8:00____________________
8:30____________________
9:00____________________
9:30____________________
10:00____________________
10:30____________________
11:00____________________
11:30____________________
12:00____________________
12:30____________________
1:00____________________
1:30____________________
2:00____________________
2:30____________________
3:00____________________
3:30____________________
4:00____________________
4:30____________________
5:00____________________
5:30____________________
6:00____________________
6:30____________________
7:00____________________
7:30____________________

### To do List

1.____________________
2.____________________
3.____________________
4.____________________
5.____________________
6.____________________
7.____________________
8.____________________
9.____________________
10.____________________

### Must do List

1.____________________
2.____________________
3.____________________
4.____________________

### Top Priority List

1.____________________
2.____________________
3.____________________

### Today's Achievements

1.____________________
2.____________________
3.____________________
4.____________________

### Notes:

JUNE

| S | M | T | W | T | F | S |
|---|---|---|---|---|---|---|
| 28 | 29 | 30 | 1 | 2 | 3 | 4 |
| 5 | 6 | 7 | 8 | 9 | 10 | 11 |
| 12 | 13 | 14 | 15 | 16 | 17 | 18 |
| 19 | 20 | 21 | 22 | 23 | 24 | 25 |
| 26 | 27 | 28 | 29 | 30 | 31 | 1 |

# 19 Wednesday June

7:00____________________
7:30____________________
8:00____________________
8:30____________________
9:00____________________
9:30____________________
10:00____________________
10:30____________________
11:00____________________
11:30____________________
12:00____________________
12:30____________________
1:00____________________
1:30____________________
2:00____________________
2:30____________________
3:00____________________
3:30____________________
4:00____________________
4:30____________________
5:00____________________
5:30____________________
6:00____________________
6:30____________________
7:00____________________
7:30____________________

## To do List

1. ____________________
2. ____________________
3. ____________________
4. ____________________
5. ____________________
6. ____________________
7. ____________________
8. ____________________
9. ____________________
10. ____________________

## Must do List

1. ____________________
2. ____________________
3. ____________________
4. ____________________

## Top Priority List

1. ____________________
2. ____________________
3. ____________________

## Today's Achievements

1. ____________________
2. ____________________
3. ____________________
4. ____________________

## Notes:

*When you consider things like the stars, our affairs don't seem to matter very much, do they?*

*- Virginia Woolf*

## June

## Thursday 20

7:00_____
7:30_____
8:00_____
8:30_____
9:00_____
9:30_____
10:00_____
10:30_____
11:00_____
11:30_____
12:00_____
12:30_____
1:00_____
1:30_____
2:00_____
2:30_____
3:00_____
3:30_____
4:00_____
4:30_____
5:00_____
5:30_____
6:00_____
6:30_____
7:00_____
7:30_____

### To do List

1. _____
2. _____
3. _____
4. _____
5. _____
6. _____
7. _____
8. _____
9. _____
10. _____

### Must do List

1. _____
2. _____
3. _____
4. _____

### Top Priority List

1. _____
2. _____
3. _____

### Today's Achievements

1. _____
2. _____
3. _____
4. _____

### Notes:

JUNE

| S | M | T | W | T | F | S |
|---|---|---|---|---|---|---|
| 28 | 29 | 30 | 1 | 2 | 3 | 4 |
| 5 | 6 | 7 | 8 | 9 | 10 | 11 |
| 12 | 13 | 14 | 15 | 16 | 17 | 18 |
| 19 | 20 | 21 | 22 | 23 | 24 | 25 |
| 26 | 27 | 28 | 29 | 30 | 31 | 1 |

# 21 Friday June

7:00 ____
7:30 ____
8:00 ____
8:30 ____
9:00 ____
9:30 ____
10:00 ____
10:30 ____
11:00 ____
11:30 ____
12:00 ____
12:30 ____
1:00 ____
1:30 ____
2:00 ____
2:30 ____
3:00 ____
3:30 ____
4:00 ____
4:30 ____
5:00 ____
5:30 ____
6:00 ____
6:30 ____
7:00 ____
7:30 ____

**To do List**

1. ____
2. ____
3. ____
4. ____
5. ____
6. ____
7. ____
8. ____
9. ____
10. ____

**Must do List**

1. ____
2. ____
3. ____
4. ____

**Top Priority List**

1. ____
2. ____
3. ____

**Today's Achievements**

1. ____
2. ____
3. ____
4. ____

**Notes:**

*You are never too old to set another goal or to dream a new dream.*

*- C. S. Lewis*

# June

Saturday **22**

7:00__________
7:30__________
8:00__________
8:30__________
9:00__________
9:30__________
10:00__________
10:30__________
11:00__________
11:30__________
12:00__________
12:30__________
1:00__________
1:30__________
2:00__________
2:30__________
3:00__________
3:30__________
4:00__________
4:30__________
5:00__________
5:30__________
6:00__________
6:30__________
7:00__________
7:30__________

**To do List**

1. __________
2. __________
3. __________
4. __________
5. __________
6. __________
7. __________
8. __________
9. __________
10. __________

**Must do List**

1. __________
2. __________
3. __________
4. __________

**Top Priority List**

1. __________
2. __________
3. __________

**Today's Achievements**

1. __________
2. __________
3. __________
4. __________

**Notes:**

**JUNE**

| S | M | T | W | T | F | S |
|---|---|---|---|---|---|---|
| 28 | 29 | 30 | 1 | 2 | 3 | 4 |
| 5 | 6 | 7 | 8 | 9 | 10 | 11 |
| 12 | 13 | 14 | 15 | 16 | 17 | 18 |
| 19 | 20 | 21 | 22 | 23 | 24 | 25 |
| 26 | 27 | 28 | 29 | 30 | 31 | 1 |

# 23 Sunday June

7:00________________________
7:30________________________
8:00________________________
8:30________________________
9:00________________________
9:30________________________
10:00_______________________
10:30_______________________
11:00_______________________
11:30_______________________
12:00_______________________
12:30_______________________
1:00________________________
1:30________________________
2:00________________________
2:30________________________
3:00________________________
3:30________________________
4:00________________________
4:30________________________
5:00________________________
5:30________________________
6:00________________________
6:30________________________
7:00________________________
7:30________________________

**Notes:**

*You don't concentrate on risks. You concentrate on results. No risk is too great to prevent the necessary job from getting done.*

*- Chuck Yeager*

# June

Monday 24

7:00__________
7:30__________
8:00__________
8:30__________
9:00__________
9:30__________
10:00__________
10:30__________
11:00__________
11:30__________
12:00__________
12:30__________
1:00__________
1:30__________
2:00__________
2:30__________
3:00__________
3:30__________
4:00__________
4:30__________
5:00__________
5:30__________
6:00__________
6:30__________
7:00__________
7:30__________

**To do List**

1.__________
2.__________
3.__________
4.__________
5.__________
6.__________
7.__________
8.__________
9.__________
10.__________

**Must do List**

1.__________
2.__________
3.__________
4.__________

**Top Priority List**

1.__________
2.__________
3.__________

**Today's Achievements**

1.__________
2.__________
3.__________
4.__________

**Notes:**

JUNE

| S | M | T | W | T | F | S |
|---|---|---|---|---|---|---|
| 28 | 29 | 30 | 1 | 2 | 3 | 4 |
| 5 | 6 | 7 | 8 | 9 | 10 | 11 |
| 12 | 13 | 14 | 15 | 16 | 17 | 18 |
| 19 | 20 | 21 | 22 | 23 | 24 | 25 |
| 26 | 27 | 28 | 29 | 30 | 31 | 1 |

## 25 Tuesday

## June

7:00____________________
7:30____________________
8:00____________________
8:30____________________
9:00____________________
9:30____________________
10:00____________________
10:30____________________
11:00____________________
11:30____________________
12:00____________________
12:30____________________
1:00____________________
1:30____________________
2:00____________________
2:30____________________
3:00____________________
3:30____________________
4:00____________________
4:30____________________
5:00____________________
5:30____________________
6:00____________________
6:30____________________
7:00____________________
7:30____________________

### To do List

1. ____________________
2. ____________________
3. ____________________
4. ____________________
5. ____________________
6. ____________________
7. ____________________
8. ____________________
9. ____________________
10. ____________________

### Must do List

1. ____________________
2. ____________________
3. ____________________
4. ____________________

### Top Priority List

1. ____________________
2. ____________________
3. ____________________

### Today's Achievements

1. ____________________
2. ____________________
3. ____________________
4. ____________________

### Notes:

*It's not the mountains ahead to climb that wear you out; it's the pebble in your shoe.*

*- Muhammad Ali*

# June

# Wednesday 26

7:00____________________
7:30____________________
8:00____________________
8:30____________________
9:00____________________
9:30____________________
10:00____________________
10:30____________________
11:00____________________
11:30____________________
12:00____________________
12:30____________________
1:00____________________
1:30____________________
2:00____________________
2:30____________________
3:00____________________
3:30____________________
4:00____________________
4:30____________________
5:00____________________
5:30____________________
6:00____________________
6:30____________________
7:00____________________
7:30____________________

## To do List

1.____________________
2.____________________
3.____________________
4.____________________
5.____________________
6.____________________
7.____________________
8.____________________
9.____________________
10.____________________

## Must do List

1.____________________
2.____________________
3.____________________
4.____________________

## Top Priority List

1.____________________
2.____________________
3.____________________

## Today's Achievements

1.____________________
2.____________________
3.____________________
4.____________________

## Notes:

JUNE

| S | M | T | W | T | F | S |
|---|---|---|---|---|---|---|
| 28 | 29 | 30 | 1 | 2 | 3 | 4 |
| 5 | 6 | 7 | 8 | 9 | 10 | 11 |
| 12 | 13 | 14 | 15 | 16 | 17 | 18 |
| 19 | 20 | 21 | 22 | 23 | 24 | 25 |
| 26 | 27 | 28 | 29 | 30 | 31 | 1 |

# 27 Thursday

# June

7:00____________________
7:30____________________
8:00____________________
8:30____________________
9:00____________________
9:30____________________
10:00____________________
10:30____________________
11:00____________________
11:30____________________
12:00____________________
12:30____________________
1:00____________________
1:30____________________
2:00____________________
2:30____________________
3:00____________________
3:30____________________
4:00____________________
4:30____________________
5:00____________________
5:30____________________
6:00____________________
6:30____________________
7:00____________________
7:30____________________

**To do List**

1.____________________
2.____________________
3.____________________
4.____________________
5.____________________
6.____________________
7.____________________
8.____________________
9.____________________
10.____________________

**Must do List**

1.____________________
2.____________________
3.____________________
4.____________________

**Top Priority List**

1.____________________
2.____________________
3.____________________

**Today's Achievements**

1.____________________
2.____________________
3.____________________
4.____________________

**Notes:**

*Accept the challenges so that you can feel the exhilaration of victory.*

*- George S. Patton*

# June

## Friday 28

7:00
7:30
8:00
8:30
9:00
9:30
10:00
10:30
11:00
11:30
12:00
12:30
1:00
1:30
2:00
2:30
3:00
3:30
4:00
4:30
5:00
5:30
6:00
6:30
7:00
7:30

### To do List

1.
2.
3.
4.
5.
6.
7.
8.
9.
10.

### Must do List

1.
2.
3.
4.

### Top Priority List

1.
2.
3.

### Today's Achievements

1.
2.
3.
4.

### Notes:

JUNE

| S | M | T | W | T | F | S |
|---|---|---|---|---|---|---|
| 28 | 29 | 30 | 1 | 2 | 3 | 4 |
| 5 | 6 | 7 | 8 | 9 | 10 | 11 |
| 12 | 13 | 14 | 15 | 16 | 17 | 18 |
| 19 | 20 | 21 | 22 | 23 | 24 | 25 |
| 26 | 27 | 28 | 29 | 30 | 31 | 1 |

# 29 Saturday

# June

7:00____________________
7:30____________________
8:00____________________
8:30____________________
9:00____________________
9:30____________________
10:00____________________
10:30____________________
11:00____________________
11:30____________________
12:00____________________
12:30____________________
1:00____________________
1:30____________________
2:00____________________
2:30____________________
3:00____________________
3:30____________________
4:00____________________
4:30____________________
5:00____________________
5:30____________________
6:00____________________
6:30____________________
7:00____________________
7:30____________________

## To do List

1. ____________________
2. ____________________
3. ____________________
4. ____________________
5. ____________________
6. ____________________
7. ____________________
8. ____________________
9. ____________________
10. ____________________

## Must do List

1. ____________________
2. ____________________
3. ____________________
4. ____________________

## Top Priority List

1. ____________________
2. ____________________
3. ____________________

## Today's Achievements

1. ____________________
2. ____________________
3. ____________________
4. ____________________

## Notes:

*Always act as if the person you admire is watching you.*

*- Unknown*

# June

## Sunday 30

7:00____________________
7:30____________________
8:00____________________
8:30____________________
9:00____________________
9:30____________________
10:00____________________
10:30____________________
11:00____________________
11:30____________________
12:00____________________
12:30____________________
1:00____________________
1:30____________________
2:00____________________
2:30____________________
3:00____________________
3:30____________________
4:00____________________
4:30____________________
5:00____________________
5:30____________________
6:00____________________
6:30____________________
7:00____________________
7:30____________________

**Notes:**

**JULY**

| S | M | T | W | T | F | S |
|---|---|---|---|---|---|---|
| 30 | 1 | 2 | 3 | 4 | 5 | 6 |
| 7 | 8 | 9 | 10 | 11 | 12 | 13 |
| 14 | 15 | 16 | 17 | 18 | 19 | 20 |
| 21 | 22 | 23 | 24 | 25 | 26 | 27 |
| 28 | 29 | 30 | 31 | 1 | 2 | 3 |

# 1 Monday

# July

7:00________________________
7:30________________________
8:00________________________
8:30________________________
9:00________________________
9:30________________________
10:00_______________________
10:30_______________________
11:00_______________________
11:30_______________________
12:00_______________________
12:30_______________________
1:00________________________
1:30________________________
2:00________________________
2:30________________________
3:00________________________
3:30________________________
4:00________________________
4:30________________________
5:00________________________
5:30________________________
6:00________________________
6:30________________________
7:00________________________
7:30________________________

**To do List**

1.____________________
2.____________________
3.____________________
4.____________________
5.____________________
6.____________________
7.____________________
8.____________________
9.____________________
10.___________________

**Must do List**

1.____________________
2.____________________
3.____________________
4.____________________

**Top Priority List**

1.____________________
2.____________________
3.____________________

**Today's Achievements**

1.____________________
2.____________________
3.____________________
4.____________________

**Notes:**

*Do what you can, with what you have, where you are.*

*- Theodore Roosevelt*

# July

# Tuesday 2

7:00________________
7:30________________
8:00________________
8:30________________
9:00________________
9:30________________
10:00________________
10:30________________
11:00________________
11:30________________
12:00________________
12:30________________
1:00________________
1:30________________
2:00________________
2:30________________
3:00________________
3:30________________
4:00________________
4:30________________
5:00________________
5:30________________
6:00________________
6:30________________
7:00________________
7:30________________

**To do List**

1. Read Vision State
2. ________________
3. ________________
4. ________________
5. ________________
6. ________________
7. ________________
8. ________________
9. ________________
10. ________________

**Must do List**

1. ________________
2. ________________
3. ________________
4. ________________

**Top Priority List**

1. ________________
2. ________________
3. ________________

**Today's Achievements**

1. ________________
2. ________________
3. ________________
4. ________________

**Notes:**

JULY

| S | M | T | W | T | F | S |
|---|---|---|---|---|---|---|
| 30 | 1 | 2 | 3 | 4 | 5 | 6 |
| 7 | 8 | 9 | 10 | 11 | 12 | 13 |
| 14 | 15 | 16 | 17 | 18 | 19 | 20 |
| 21 | 22 | 23 | 24 | 25 | 26 | 27 |
| 28 | 29 | 30 | 31 | 1 | 2 | 3 |

# 3 Wednesday

# July

7:00____________________
7:30____________________
8:00____________________
8:30____________________
9:00____________________
9:30____________________
10:00____________________
10:30____________________
11:00____________________
11:30____________________
12:00____________________
12:30____________________
1:00____________________
1:30____________________
2:00____________________
2:30____________________
3:00____________________
3:30____________________
4:00____________________
4:30____________________
5:00____________________
5:30____________________
6:00____________________
6:30____________________
7:00____________________
7:30____________________

## To do List

1.____________________
2.____________________
3.____________________
4.____________________
5.____________________
6.____________________
7.____________________
8.____________________
9.____________________
10.____________________

## Must do List

1.____________________
2.____________________
3.____________________
4.____________________

## Top Priority List

1.____________________
2.____________________
3.____________________

## Today's Achievements

1.____________________
2.____________________
3.____________________
4.____________________

## Notes:

*Don't stumble over something that's behind you.*

*- Seneca*

# July

## Thursday 4

7:00______________________________
7:30______________________________
8:00______________________________
8:30______________________________
9:00______________________________
9:30______________________________
10:00_____________________________
10:30_____________________________
11:00_____________________________
11:30_____________________________
12:00_____________________________
12:30_____________________________
1:00______________________________
1:30______________________________
2:00______________________________
2:30______________________________
3:00______________________________
3:30______________________________
4:00______________________________
4:30______________________________
5:00______________________________
5:30______________________________
6:00______________________________
6:30______________________________
7:00______________________________
7:30______________________________

**To do List**

1.__________________________
2.__________________________
3.__________________________
4.__________________________
5.__________________________
6.__________________________
7.__________________________
8.__________________________
9.__________________________
10._________________________

**Must do List**

1.__________________________
2.__________________________
3.__________________________
4.__________________________

**Top Priority List**

1.__________________________
2.__________________________
3.__________________________

**Today's Achievements**

1.__________________________
2.__________________________
3.__________________________
4.__________________________

**Notes:**

JULY

| S | M | T | W | T | F | S |
|---|---|---|---|---|---|---|
| 30 | 1 | 2 | 3 | 4 | 5 | 6 |
| 7 | 8 | 9 | 10 | 11 | 12 | 13 |
| 14 | 15 | 16 | 17 | 18 | 19 | 20 |
| 21 | 22 | 23 | 24 | 25 | 26 | 27 |
| 28 | 29 | 30 | 31 | 1 | 2 | 3 |

## 5 Friday

## July

7:00____________________________
7:30____________________________
8:00____________________________
8:30____________________________
9:00____________________________
9:30____________________________
10:00___________________________
10:30___________________________
11:00___________________________
11:30___________________________
12:00___________________________
12:30___________________________
1:00____________________________
1:30____________________________
2:00____________________________
2:30____________________________
3:00____________________________
3:30____________________________
4:00____________________________
4:30____________________________
5:00____________________________
5:30____________________________
6:00____________________________
6:30____________________________
7:00____________________________
7:30____________________________

**To do List**

1.________________________
2.________________________
3.________________________
4.________________________
5.________________________
6.________________________
7.________________________
8.________________________
9.________________________
10._______________________

**Must do List**

1.________________________
2.________________________
3.________________________
4.________________________

**Top Priority List**

1.________________________
2.________________________
3.________________________

**Today's Achievements**

1.________________________
2.________________________
3.________________________
4.________________________

**Notes:**

*Don't wait for things to happen.*
*Make them happen.*

*- Roy T. Bennett*

# July

## Saturday 6

7:00________________
7:30________________
8:00________________
8:30________________
9:00________________
9:30________________
10:00________________
10:30________________
11:00________________
11:30________________
12:00________________
12:30________________
1:00________________
1:30________________
2:00________________
2:30________________
3:00________________
3:30________________
4:00________________
4:30________________
5:00________________
5:30________________
6:00________________
6:30________________
7:00________________
7:30________________

### To do List

1. ________________
2. ________________
3. ________________
4. ________________
5. ________________
6. ________________
7. ________________
8. ________________
9. ________________
10. ________________

### Must do List

1. ________________
2. ________________
3. ________________
4. ________________

### Top Priority List

1. ________________
2. ________________
3. ________________

### Today's Achievements

1. ________________
2. ________________
3. ________________
4. ________________

### Notes:

JULY

| S | M | T | W | T | F | S |
|---|---|---|---|---|---|---|
| 30 | 1 | 2 | 3 | 4 | 5 | 6 |
| 7 | 8 | 9 | 10 | 11 | 12 | 13 |
| 14 | 15 | 16 | 17 | 18 | 19 | 20 |
| 21 | 22 | 23 | 24 | 25 | 26 | 27 |
| 28 | 29 | 30 | 31 | 1 | 2 | 3 |

# 7 Sunday July

7:00______________________________
7:30______________________________
8:00______________________________
8:30______________________________
9:00______________________________
9:30______________________________
10:00_____________________________
10:30_____________________________
11:00_____________________________
11:30_____________________________
12:00_____________________________
12:30_____________________________
1:00______________________________
1:30______________________________
2:00______________________________
2:30______________________________
3:00______________________________
3:30______________________________
4:00______________________________
4:30______________________________
5:00______________________________
5:30______________________________
6:00______________________________
6:30______________________________
7:00______________________________
7:30______________________________

**Notes:**

*Even the very wise cannot see all ends.*

*- J.R.R. Tolkien, The Fellowship of the Ring*

# July

## Monday 8

7:00__________
7:30__________
8:00__________
8:30__________
9:00__________
9:30__________
10:00__________
10:30__________
11:00__________
11:30__________
12:00__________
12:30__________
1:00__________
1:30__________
2:00__________
2:30__________
3:00__________
3:30__________
4:00__________
4:30__________
5:00__________
5:30__________
6:00__________
6:30__________
7:00__________
7:30__________

**To do List**

1.__________
2.__________
3.__________
4.__________
5.__________
6.__________
7.__________
8.__________
9.__________
10.__________

**Must do List**

1.__________
2.__________
3.__________
4.__________

**Top Priority List**

1.__________
2.__________
3.__________

**Today's Achievements**

1.__________
2.__________
3.__________
4.__________

**Notes:**

JULY

| S | M | T | W | T | F | S |
|---|---|---|---|---|---|---|
| 30 | 1 | 2 | 3 | 4 | 5 | 6 |
| 7 | 8 | 9 | 10 | 11 | 12 | 13 |
| 14 | 15 | 16 | 17 | 18 | 19 | 20 |
| 21 | 22 | 23 | 24 | 25 | 26 | 27 |
| 28 | 29 | 30 | 31 | 1 | 2 | 3 |

# 9 Tuesday

# July

7:00______________________
7:30______________________
8:00______________________
8:30______________________
9:00______________________
9:30______________________
10:00______________________
10:30______________________
11:00______________________
11:30______________________
12:00______________________
12:30______________________
1:00______________________
1:30______________________
2:00______________________
2:30______________________
3:00______________________
3:30______________________
4:00______________________
4:30______________________
5:00______________________
5:30______________________
6:00______________________
6:30______________________
7:00______________________
7:30______________________

**To do List**

1. ____________________
2. ____________________
3. ____________________
4. ____________________
5. ____________________
6. ____________________
7. ____________________
8. ____________________
9. ____________________
10. ____________________

**Must do List**

1. ____________________
2. ____________________
3. ____________________
4. ____________________

**Top Priority List**

1. ____________________
2. ____________________
3. ____________________

**Today's Achievements**

1. ____________________
2. ____________________
3. ____________________
4. ____________________

**Notes:**

*I will love the light for it shows me the way, yet I will endure the darkness for it shows me the stars.*

*– Og Mandino*

# July

## Wednesday 10

7:00______________________________
7:30______________________________
8:00______________________________
8:30______________________________
9:00______________________________
9:30______________________________
10:00_____________________________
10:30_____________________________
11:00_____________________________
11:30_____________________________
12:00_____________________________
12:30_____________________________
1:00______________________________
1:30______________________________
2:00______________________________
2:30______________________________
3:00______________________________
3:30______________________________
4:00______________________________
4:30______________________________
5:00______________________________
5:30______________________________
6:00______________________________
6:30______________________________
7:00______________________________
7:30______________________________

**To do List**

1._________________________
2._________________________
3._________________________
4._________________________
5._________________________
6._________________________
7._________________________
8._________________________
9._________________________
10.________________________

**Must do List**

1._________________________
2._________________________
3._________________________
4._________________________

**Top Priority List**

1._________________________
2._________________________
3._________________________

**Today's Achievements**

1._________________________
2._________________________
3._________________________
4._________________________

**Notes:**

JULY

| S | M | T | W | T | F | S |
|---|---|---|---|---|---|---|
| 30 | 1 | 2 | 3 | 4 | 5 | 6 |
| 7 | 8 | 9 | 10 | 11 | 12 | 13 |
| 14 | 15 | 16 | 17 | 18 | 19 | 20 |
| 21 | 22 | 23 | 24 | 25 | 26 | 27 |
| 28 | 29 | 30 | 31 | 1 | 2 | 3 |

# 11 Thursday July

7:00____________________
7:30____________________
8:00____________________
8:30____________________
9:00____________________
9:30____________________
10:00____________________
10:30____________________
11:00____________________
11:30____________________
12:00____________________
12:30____________________
1:00____________________
1:30____________________
2:00____________________
2:30____________________
3:00____________________
3:30____________________
4:00____________________
4:30____________________
5:00____________________
5:30____________________
6:00____________________
6:30____________________
7:00____________________
7:30____________________

## To do List

1. ____________________
2. ____________________
3. ____________________
4. ____________________
5. ____________________
6. ____________________
7. ____________________
8. ____________________
9. ____________________
10. ____________________

## Must do List

1. ____________________
2. ____________________
3. ____________________
4. ____________________

## Top Priority List

1. ____________________
2. ____________________
3. ____________________

## Today's Achievements

1. ____________________
2. ____________________
3. ____________________
4. ____________________

## Notes:

*If you must worry about the meaning of life, and you can't find an answer, look for someone to help. They may be your meaning.*

*- Emma Frost*

# July

## Friday 12

7:00__________
7:30__________
8:00__________
8:30__________
9:00__________
9:30__________
10:00__________
10:30__________
11:00__________
11:30__________
12:00__________
12:30__________
1:00__________
1:30__________
2:00__________
2:30__________
3:00__________
3:30__________
4:00__________
4:30__________
5:00__________
5:30__________
6:00__________
6:30__________
7:00__________
7:30__________

### To do List

1. __________
2. __________
3. __________
4. __________
5. __________
6. __________
7. __________
8. __________
9. __________
10. __________

### Must do List

1. __________
2. __________
3. __________
4. __________

### Top Priority List

1. __________
2. __________
3. __________

### Today's Achievements

1. __________
2. __________
3. __________
4. __________

### Notes:

JULY

| S | M | T | W | T | F | S |
|---|---|---|---|---|---|---|
| 30 | 1 | 2 | 3 | 4 | 5 | 6 |
| 7 | 8 | 9 | 10 | 11 | 12 | 13 |
| 14 | 15 | 16 | 17 | 18 | 19 | 20 |
| 21 | 22 | 23 | 24 | 25 | 26 | 27 |
| 28 | 29 | 30 | 31 | 1 | 2 | 3 |

# 13 Saturday

# July

7:00____________________
7:30____________________
8:00____________________
8:30____________________
9:00____________________
9:30____________________
10:00____________________
10:30____________________
11:00____________________
11:30____________________
12:00____________________
12:30____________________
1:00____________________
1:30____________________
2:00____________________
2:30____________________
3:00____________________
3:30____________________
4:00____________________
4:30____________________
5:00____________________
5:30____________________
6:00____________________
6:30____________________
7:00____________________
7:30____________________

## To do List

1.____________________
2.____________________
3.____________________
4.____________________
5.____________________
6.____________________
7.____________________
8.____________________
9.____________________
10.____________________

## Must do List

1.____________________
2.____________________
3.____________________
4.____________________

## Top Priority List

1.____________________
2.____________________
3.____________________

## Today's Achievements

1.____________________
2.____________________
3.____________________
4.____________________

## Notes:

*Do not wait until you are ready. You will never be ready. Just do it!.*

*- Emma Frost*

# July

## Sunday 14

7:00______________________
7:30______________________
8:00______________________
8:30______________________
9:00______________________
9:30______________________
10:00_____________________
10:30_____________________
11:00_____________________
11:30_____________________
12:00_____________________
12:30_____________________
1:00______________________
1:30______________________
2:00______________________
2:30______________________
3:00______________________
3:30______________________
4:00______________________
4:30______________________
5:00______________________
5:30______________________
6:00______________________
6:30______________________
7:00______________________
7:30______________________

**Notes:**

JULY

| S | M | T | W | T | F | S |
|---|---|---|---|---|---|---|
| 30 | 1 | 2 | 3 | 4 | 5 | 6 |
| 7 | 8 | 9 | 10 | 11 | 12 | 13 |
| 14 | 15 | 16 | 17 | 18 | 19 | 20 |
| 21 | 22 | 23 | 24 | 25 | 26 | 27 |
| 28 | 29 | 30 | 31 | 1 | 2 | 3 |

# 15 Monday

# July

7:00___
7:30___
8:00___
8:30___
9:00___
9:30___
10:00___
10:30___
11:00___
11:30___
12:00___
12:30___
1:00___
1:30___
2:00___
2:30___
3:00___
3:30___
4:00___
4:30___
5:00___
5:30___
6:00___
6:30___
7:00___
7:30___

**To do List**

1. ___
2. ___
3. ___
4. ___
5. ___
6. ___
7. ___
8. ___
9. ___
10. ___

**Must do List**

1. ___
2. ___
3. ___
4. ___

**Top Priority List**

1. ___
2. ___
3. ___

**Today's Achievements**

1. ___
2. ___
3. ___
4. ___

**Notes:**

*Begin today. Declare out loud to the universe that you are willing to let go of struggle and eager to learn through joy.*

*- Sarah Ban Breathnach*

# July

## Tuesday 16

7:00____________________
7:30____________________
8:00____________________
8:30____________________
9:00____________________
9:30____________________
10:00____________________
10:30____________________
11:00____________________
11:30____________________
12:00____________________
12:30____________________
1:00____________________
1:30____________________
2:00____________________
2:30____________________
3:00____________________
3:30____________________
4:00____________________
4:30____________________
5:00____________________
5:30____________________
6:00____________________
6:30____________________
7:00____________________
7:30____________________

**To do List**

1. ____________________
2. ____________________
3. ____________________
4. ____________________
5. ____________________
6. ____________________
7. ____________________
8. ____________________
9. ____________________
10. ____________________

**Must do List**

1. ____________________
2. ____________________
3. ____________________
4. ____________________

**Top Priority List**

1. ____________________
2. ____________________
3. ____________________

**Today's Achievements**

1. ____________________
2. ____________________
3. ____________________
4. ____________________

**Notes:**

JULY

| S | M | T | W | T | F | S |
|---|---|---|---|---|---|---|
| 30 | 1 | 2 | 3 | 4 | 5 | 6 |
| 7 | 8 | 9 | 10 | 11 | 12 | 13 |
| 14 | 15 | 16 | 17 | 18 | 19 | 20 |
| 21 | 22 | 23 | 24 | 25 | 26 | 27 |
| 28 | 29 | 30 | 31 | 1 | 2 | 3 |

## 17 Wednesday

## July

7:00____________________
7:30____________________
8:00____________________
8:30____________________
9:00____________________
9:30____________________
10:00____________________
10:30____________________
11:00____________________
11:30____________________
12:00____________________
12:30____________________
1:00____________________
1:30____________________
2:00____________________
2:30____________________
3:00____________________
3:30____________________
4:00____________________
4:30____________________
5:00____________________
5:30____________________
6:00____________________
6:30____________________
7:00____________________
7:30____________________

**To do List**

1. ____________________
2. ____________________
3. ____________________
4. ____________________
5. ____________________
6. ____________________
7. ____________________
8. ____________________
9. ____________________
10. ____________________

**Must do List**

1. ____________________
2. ____________________
3. ____________________
4. ____________________

**Top Priority List**

1. ____________________
2. ____________________
3. ____________________

**Today's Achievements**

1. ____________________
2. ____________________
3. ____________________
4. ____________________

**Notes:**

*Concentrate more on your achievements than your failures. Learn to take the failures as opportunities to rectify your errors.*

*– Stephen Richards*

## July

## Thursday 18

7:00________________
7:30________________
8:00________________
8:30________________
9:00________________
9:30________________
10:00________________
10:30________________
11:00________________
11:30________________
12:00________________
12:30________________
1:00________________
1:30________________
2:00________________
2:30________________
3:00________________
3:30________________
4:00________________
4:30________________
5:00________________
5:30________________
6:00________________
6:30________________
7:00________________
7:30________________

**To do List**

1.________________
2.________________
3.________________
4.________________
5.________________
6.________________
7.________________
8.________________
9.________________
10.________________

**Must do List**

1.________________
2.________________
3.________________
4.________________

**Top Priority List**

1.________________
2.________________
3.________________

**Today's Achievements**

1.________________
2.________________
3.________________
4.________________

**Notes:**

JULY

| S | M | T | W | T | F | S |
|---|---|---|---|---|---|---|
| 30 | 1 | 2 | 3 | 4 | 5 | 6 |
| 7 | 8 | 9 | 10 | 11 | 12 | 13 |
| 14 | 15 | 16 | 17 | 18 | 19 | 20 |
| 21 | 22 | 23 | 24 | 25 | 26 | 27 |
| 28 | 29 | 30 | 31 | 1 | 2 | 3 |

## 19 Friday

## July

7:00____________________
7:30____________________
8:00____________________
8:30____________________
9:00____________________
9:30____________________
10:00____________________
10:30____________________
11:00____________________
11:30____________________
12:00____________________
12:30____________________
1:00____________________
1:30____________________
2:00____________________
2:30____________________
3:00____________________
3:30____________________
4:00____________________
4:30____________________
5:00____________________
5:30____________________
6:00____________________
6:30____________________
7:00____________________
7:30____________________

### To do List

1. ____________________
2. ____________________
3. ____________________
4. ____________________
5. ____________________
6. ____________________
7. ____________________
8. ____________________
9. ____________________
10. ____________________

### Must do List

1. ____________________
2. ____________________
3. ____________________
4. ____________________

### Top Priority List

1. ____________________
2. ____________________
3. ____________________

### Today's Achievements

1. ____________________
2. ____________________
3. ____________________
4. ____________________

### Notes:

*Always be a first-rate version of yourself, instead of a second-rate version of somebody else.*

*- Judy Garland*

# July

Saturday **20**

7:00__________
7:30__________
8:00__________
8:30__________
9:00__________
9:30__________
10:00__________
10:30__________
11:00__________
11:30__________
12:00__________
12:30__________
1:00__________
1:30__________
2:00__________
2:30__________
3:00__________
3:30__________
4:00__________
4:30__________
5:00__________
5:30__________
6:00__________
6:30__________
7:00__________
7:30__________

**To do List**

1.__________
2.__________
3.__________
4.__________
5.__________
6.__________
7.__________
8.__________
9.__________
10.__________

**Must do List**

1.__________
2.__________
3.__________
4.__________

**Top Priority List**

1.__________
2.__________
3.__________

**Today's Achievements**

1.__________
2.__________
3.__________
4.__________

**Notes:**

JULY

| S | M | T | W | T | F | S |
|---|---|---|---|---|---|---|
| 30 | 1 | 2 | 3 | 4 | 5 | 6 |
| 7 | 8 | 9 | 10 | 11 | 12 | 13 |
| 14 | 15 | 16 | 17 | 18 | 19 | 20 |
| 21 | 22 | 23 | 24 | 25 | 26 | 27 |
| 28 | 29 | 30 | 31 | 1 | 2 | 3 |

# 21 Sunday

# July

7:00 ____________________
7:30 ____________________
8:00 ____________________
8:30 ____________________
9:00 ____________________
9:30 ____________________
10:00 ____________________
10:30 ____________________
11:00 ____________________
11:30 ____________________
12:00 ____________________
12:30 ____________________
1:00 ____________________
1:30 ____________________
2:00 ____________________
2:30 ____________________
3:00 ____________________
3:30 ____________________
4:00 ____________________
4:30 ____________________
5:00 ____________________
5:30 ____________________
6:00 ____________________
6:30 ____________________
7:00 ____________________
7:30 ____________________

**Notes:**

*It is when you think it is all over, that things will just be beginning.*

*- Emma Frost*

# July

Monday 22

7:00________________
7:30________________
8:00________________
8:30________________
9:00________________
9:30________________
10:00________________
10:30________________
11:00________________
11:30________________
12:00________________
12:30________________
1:00________________
1:30________________
2:00________________
2:30________________
3:00________________
3:30________________
4:00________________
4:30________________
5:00________________
5:30________________
6:00________________
6:30________________
7:00________________
7:30________________

**To do List**

1.________________
2.________________
3.________________
4.________________
5.________________
6.________________
7.________________
8.________________
9.________________
10.________________

**Must do List**

1.________________
2.________________
3.________________
4.________________

**Top Priority List**

1.________________
2.________________
3.________________

**Today's Achievements**

1.________________
2.________________
3.________________
4.________________

**Notes:**

JULY

| S | M | T | W | T | F | S |
|---|---|---|---|---|---|---|
| 30 | 1 | 2 | 3 | 4 | 5 | 6 |
| 7 | 8 | 9 | 10 | 11 | 12 | 13 |
| 14 | 15 | 16 | 17 | 18 | 19 | 20 |
| 21 | 22 | 23 | 24 | 25 | 26 | 27 |
| 28 | 29 | 30 | 31 | 1 | 2 | 3 |

## 23 Tuesday

## July

7:00____________________
7:30____________________
8:00____________________
8:30____________________
9:00____________________
9:30____________________
10:00____________________
10:30____________________
11:00____________________
11:30____________________
12:00____________________
12:30____________________
1:00____________________
1:30____________________
2:00____________________
2:30____________________
3:00____________________
3:30____________________
4:00____________________
4:30____________________
5:00____________________
5:30____________________
6:00____________________
6:30____________________
7:00____________________
7:30____________________

### To do List

1.____________________
2.____________________
3.____________________
4.____________________
5.____________________
6.____________________
7.____________________
8.____________________
9.____________________
10.____________________

### Must do List

1.____________________
2.____________________
3.____________________
4.____________________

### Top Priority List

1.____________________
2.____________________
3.____________________

### Today's Achievements

1.____________________
2.____________________
3.____________________
4.____________________

### Notes:

*Lighten up on yourself. No one is perfect. Gently accept your humanness.*

*–Deborah Day*

# July

# Wednesday 24

7:00____________________
7:30____________________
8:00____________________
8:30____________________
9:00____________________
9:30____________________
10:00____________________
10:30____________________
11:00____________________
11:30____________________
12:00____________________
12:30____________________
1:00____________________
1:30____________________
2:00____________________
2:30____________________
3:00____________________
3:30____________________
4:00____________________
4:30____________________
5:00____________________
5:30____________________
6:00____________________
6:30____________________
7:00____________________
7:30____________________

**To do List**

1.____________________
2.____________________
3.____________________
4.____________________
5.____________________
6.____________________
7.____________________
8.____________________
9.____________________
10.____________________

**Must do List**

1.____________________
2.____________________
3.____________________
4.____________________

**Top Priority List**

1.____________________
2.____________________
3.____________________

**Today's Achievements**

1.____________________
2.____________________
3.____________________
4.____________________

**Notes:**

JULY

| S | M | T | W | T | F | S |
|---|---|---|---|---|---|---|
| 30 | 1 | 2 | 3 | 4 | 5 | 6 |
| 7 | 8 | 9 | 10 | 11 | 12 | 13 |
| 14 | 15 | 16 | 17 | 18 | 19 | 20 |
| 21 | 22 | 23 | 24 | 25 | 26 | 27 |
| 28 | 29 | 30 | 31 | 1 | 2 | 3 |

# 25 Thursday July

7:00____________
7:30____________
8:00____________
8:30____________
9:00____________
9:30____________
10:00____________
10:30____________
11:00____________
11:30____________
12:00____________
12:30____________
1:00____________
1:30____________
2:00____________
2:30____________
3:00____________
3:30____________
4:00____________
4:30____________
5:00____________
5:30____________
6:00____________
6:30____________
7:00____________
7:30____________

**To do List**

1.____________
2.____________
3.____________
4.____________
5.____________
6.____________
7.____________
8.____________
9.____________
10.____________

**Must do List**

1.____________
2.____________
3.____________
4.____________

**Top Priority List**

1.____________
2.____________
3.____________

**Today's Achievements**

1.____________
2.____________
3.____________
4.____________

**Notes:**

*Almost everything will work again if you unplug it for a few minutes, including you.*

*– Anne Lamott*

# July

## Friday 26

7:00____________________
7:30____________________
8:00____________________
8:30____________________
9:00____________________
9:30____________________
10:00____________________
10:30____________________
11:00____________________
11:30____________________
12:00____________________
12:30____________________
1:00____________________
1:30____________________
2:00____________________
2:30____________________
3:00____________________
3:30____________________
4:00____________________
4:30____________________
5:00____________________
5:30____________________
6:00____________________
6:30____________________
7:00____________________
7:30____________________

### To do List

1. ____________________
2. ____________________
3. ____________________
4. ____________________
5. ____________________
6. ____________________
7. ____________________
8. ____________________
9. ____________________
10. ____________________

### Must do List

1. ____________________
2. ____________________
3. ____________________
4. ____________________

### Top Priority List

1. ____________________
2. ____________________
3. ____________________

### Today's Achievements

1. ____________________
2. ____________________
3. ____________________
4. ____________________

### Notes:

JULY

| S | M | T | W | T | F | S |
|---|---|---|---|---|---|---|
| 30 | 1 | 2 | 3 | 4 | 5 | 6 |
| 7 | 8 | 9 | 10 | 11 | 12 | 13 |
| 14 | 15 | 16 | 17 | 18 | 19 | 20 |
| 21 | 22 | 23 | 24 | 25 | 26 | 27 |
| 28 | 29 | 30 | 31 | 1 | 2 | 3 |

# 27 Saturday July

7:00________________
7:30________________
8:00________________
8:30________________
9:00________________
9:30________________
10:00________________
10:30________________
11:00________________
11:30________________
12:00________________
12:30________________
1:00________________
1:30________________
2:00________________
2:30________________
3:00________________
3:30________________
4:00________________
4:30________________
5:00________________
5:30________________
6:00________________
6:30________________
7:00________________
7:30________________

**To do List**

1. ________________
2. ________________
3. ________________
4. ________________
5. ________________
6. ________________
7. ________________
8. ________________
9. ________________
10. ________________

**Must do List**

1. ________________
2. ________________
3. ________________
4. ________________

**Top Priority List**

1. ________________
2. ________________
3. ________________

**Today's Achievements**

1. ________________
2. ________________
3. ________________
4. ________________

**Notes:**

*Sometimes the most important thing in a whole day is the rest we take between two deep breaths.*

*– Etty Hillesum*

# July

## Sunday 28

7:00______________________________
7:30______________________________
8:00______________________________
8:30______________________________
9:00______________________________
9:30______________________________
10:00_____________________________
10:30_____________________________
11:00_____________________________
11:30_____________________________
12:00_____________________________
12:30_____________________________
1:00______________________________
1:30______________________________
2:00______________________________
2:30______________________________
3:00______________________________
3:30______________________________
4:00______________________________
4:30______________________________
5:00______________________________
5:30______________________________
6:00______________________________
6:30______________________________
7:00______________________________
7:30______________________________

**Notes:**

JULY

| S | M | T | W | T | F | S |
|---|---|---|---|---|---|---|
| 30 | 1 | 2 | 3 | 4 | 5 | 6 |
| 7 | 8 | 9 | 10 | 11 | 12 | 13 |
| 14 | 15 | 16 | 17 | 18 | 19 | 20 |
| 21 | 22 | 23 | 24 | 25 | 26 | 27 |
| 28 | 29 | 30 | 31 | 1 | 2 | 3 |

# 29 Monday July

7:00____________________
7:30____________________
8:00____________________
8:30____________________
9:00____________________
9:30____________________
10:00____________________
10:30____________________
11:00____________________
11:30____________________
12:00____________________
12:30____________________
1:00____________________
1:30____________________
2:00____________________
2:30____________________
3:00____________________
3:30____________________
4:00____________________
4:30____________________
5:00____________________
5:30____________________
6:00____________________
6:30____________________
7:00____________________
7:30____________________

**To do List**

1.____________________
2.____________________
3.____________________
4.____________________
5.____________________
6.____________________
7.____________________
8.____________________
9.____________________
10.____________________

**Must do List**

1.____________________
2.____________________
3.____________________
4.____________________

**Top Priority List**

1.____________________
2.____________________
3.____________________

**Today's Achievements**

1.____________________
2.____________________
3.____________________
4.____________________

**Notes:**

*Do not let what you cannot do interfere with what you can do.*

*- John Wooden*

# July

# Tuesday 30

7:00____
7:30____
8:00____
8:30____
9:00____
9:30____
10:00____
10:30____
11:00____
11:30____
12:00____
12:30____
1:00____
1:30____
2:00____
2:30____
3:00____
3:30____
4:00____
4:30____
5:00____
5:30____
6:00____
6:30____
7:00____
7:30____

**To do List**

1.____
2.____
3.____
4.____
5.____
6.____
7.____
8.____
9.____
10.____

**Must do List**

1.____
2.____
3.____
4.____

**Top Priority List**

1.____
2.____
3.____

**Today's Achievements**

1.____
2.____
3.____
4.____

**Notes:**

JULY

| S | M | T | W | T | F | S |
|---|---|---|---|---|---|---|
| 30 | 1 | 2 | 3 | 4 | 5 | 6 |
| 7 | 8 | 9 | 10 | 11 | 12 | 13 |
| 14 | 15 | 16 | 17 | 18 | 19 | 20 |
| 21 | 22 | 23 | 24 | 25 | 26 | 27 |
| 28 | 29 | 30 | 31 | 1 | 2 | 3 |

# 31 Wednesday

# July

7:00__________
7:30__________
8:00__________
8:30__________
9:00__________
9:30__________
10:00__________
10:30__________
11:00__________
11:30__________
12:00__________
12:30__________
1:00__________
1:30__________
2:00__________
2:30__________
3:00__________
3:30__________
4:00__________
4:30__________
5:00__________
5:30__________
6:00__________
6:30__________
7:00__________
7:30__________

**To do List**

1.__________
2.__________
3.__________
4.__________
5.__________
6.__________
7.__________
8.__________
9.__________
10.__________

**Must do List**

1.__________
2.__________
3.__________
4.__________

**Top Priority List**

1.__________
2.__________
3.__________

**Today's Achievements**

1.__________
2.__________
3.__________
4.__________

**Notes:**

*If you are going to do something, do it right.*

*- Sylvia Fitton-Jackson*

# August

## Thursday 1

7:00________________
7:30________________
8:00________________
8:30________________
9:00________________
9:30________________
10:00________________
10:30________________
11:00________________
11:30________________
12:00________________
12:30________________
1:00________________
1:30________________
2:00________________
2:30________________
3:00________________
3:30________________
4:00________________
4:30________________
5:00________________
5:30________________
6:00________________
6:30________________
7:00________________
7:30________________

### To do List

1.________________
2.________________
3.________________
4.________________
5.________________
6.________________
7.________________
8.________________
9.________________
10.________________

### Must do List

1.________________
2.________________
3.________________
4.________________

### Top Priority List

1.________________
2.________________
3.________________

### Today's Achievements

1.________________
2.________________
3.________________
4.________________

### Notes:

**AUGUST**

| | | | | | | |
|---|---|---|---|---|---|---|
| 28 | 29 | 30 | 31 | 1 | 2 | 3 |
| 4 | 5 | 6 | 7 | 8 | 9 | 10 |
| 11 | 12 | 13 | 14 | 15 | 16 | 17 |
| 18 | 19 | 20 | 21 | 22 | 23 | 24 |
| 25 | 26 | 27 | 28 | 29 | 30 | 31 |

# 2 Friday

# August

7:00__________________________
7:30__________________________
8:00__________________________
8:30__________________________
9:00__________________________
9:30__________________________
10:00_________________________
10:30_________________________
11:00_________________________
11:30_________________________
12:00_________________________
12:30_________________________
1:00__________________________
1:30__________________________
2:00__________________________
2:30__________________________
3:00__________________________
3:30__________________________
4:00__________________________
4:30__________________________
5:00__________________________
5:30__________________________
6:00__________________________
6:30__________________________
7:00__________________________
7:30__________________________

**To do List**

1.________________________
2.________________________
3.________________________
4.________________________
5.________________________
6.________________________
7.________________________
8.________________________
9.________________________
10._______________________

**Must do List**

1.________________________
2.________________________
3.________________________
4.________________________

**Top Priority List**

1.________________________
2.________________________
3.________________________

**Today's Achievements**

1.________________________
2.________________________
3.________________________
4.________________________

**Notes:**

*Take time today to enjoy your life.*

*—Unknown*

# August

## Saturday 3

7:00____________________
7:30____________________
8:00____________________
8:30____________________
9:00____________________
9:30____________________
10:00____________________
10:30____________________
11:00____________________
11:30____________________
12:00____________________
12:30____________________
1:00____________________
1:30____________________
2:00____________________
2:30____________________
3:00____________________
3:30____________________
4:00____________________
4:30____________________
5:00____________________
5:30____________________
6:00____________________
6:30____________________
7:00____________________
7:30____________________

**To do List**

1.____________________
2.____________________
3.____________________
4.____________________
5.____________________
6.____________________
7.____________________
8.____________________
9.____________________
10.____________________

**Must do List**

1.____________________
2.____________________
3.____________________
4.____________________

**Top Priority List**

1.____________________
2.____________________
3.____________________

**Today's Achievements**

1.____________________
2.____________________
3.____________________
4.____________________

**Notes:**

**AUGUST**

| | | | | | | |
|---|---|---|---|---|---|---|
| 28 | 29 | 30 | 31 | 1 | 2 | 3 |
| 4 | 5 | 6 | 7 | 8 | 9 | 10 |
| 11 | 12 | 13 | 14 | 15 | 16 | 17 |
| 18 | 19 | 20 | 21 | 22 | 23 | 24 |
| 25 | 26 | 27 | 28 | 29 | 30 | 31 |

# 4 Sunday

# August

7:00____________________
7:30____________________
8:00____________________
8:30____________________
9:00____________________
9:30____________________
10:00___________________
10:30___________________
11:00___________________
11:30___________________
12:00___________________
12:30___________________
1:00____________________
1:30____________________
2:00____________________
2:30____________________
3:00____________________
3:30____________________
4:00____________________
4:30____________________
5:00____________________
5:30____________________
6:00____________________
6:30____________________
7:00____________________
7:30____________________

**Notes:**

*Remember, you are someone's inspiration and role model.*

*— Emma Frost*

# August

## Monday 5

7:00____________________
7:30____________________
8:00____________________
8:30____________________
9:00____________________
9:30____________________
10:00____________________
10:30____________________
11:00____________________
11:30____________________
12:00____________________
12:30____________________
1:00____________________
1:30____________________
2:00____________________
2:30____________________
3:00____________________
3:30____________________
4:00____________________
4:30____________________
5:00____________________
5:30____________________
6:00____________________
6:30____________________
7:00____________________
7:30____________________

### To do List

1. ____________________
2. ____________________
3. ____________________
4. ____________________
5. ____________________
6. ____________________
7. ____________________
8. ____________________
9. ____________________
10. ____________________

### Must do List

1. ____________________
2. ____________________
3. ____________________
4. ____________________

### Top Priority List

1. ____________________
2. ____________________
3. ____________________

### Today's Achievements

1. ____________________
2. ____________________
3. ____________________
4. ____________________

### Notes:

**AUGUST**

| | | | | | | |
|---|---|---|---|---|---|---|
| 28 | 29 | 30 | 31 | 1 | 2 | 3 |
| 4 | 5 | 6 | 7 | 8 | 9 | 10 |
| 11 | 12 | 13 | 14 | 15 | 16 | 17 |
| 18 | 19 | 20 | 21 | 22 | 23 | 24 |
| 25 | 26 | 27 | 28 | 29 | 30 | 31 |

# 6 Tuesday

# August

7:00____________________
7:30____________________
8:00____________________
8:30____________________
9:00____________________
9:30____________________
10:00____________________
10:30____________________
11:00____________________
11:30____________________
12:00____________________
12:30____________________
1:00____________________
1:30____________________
2:00____________________
2:30____________________
3:00____________________
3:30____________________
4:00____________________
4:30____________________
5:00____________________
5:30____________________
6:00____________________
6:30____________________
7:00____________________
7:30____________________

**To do List**

1.____________________
2.____________________
3.____________________
4.____________________
5.____________________
6.____________________
7.____________________
8.____________________
9.____________________
10.____________________

**Must do List**

1.____________________
2.____________________
3.____________________
4.____________________

**Top Priority List**

1.____________________
2.____________________
3.____________________

**Today's Achievements**

1.____________________
2.____________________
3.____________________
4.____________________

**Notes:**

*I am thankful for all of those who said NO to me. It's because of them I'm doing it myself.*

*—Albert Einstein*

# August

## Wednesday 7

7:00________________
7:30________________
8:00________________
8:30________________
9:00________________
9:30________________
10:00________________
10:30________________
11:00________________
11:30________________
12:00________________
12:30________________
1:00________________
1:30________________
2:00________________
2:30________________
3:00________________
3:30________________
4:00________________
4:30________________
5:00________________
5:30________________
6:00________________
6:30________________
7:00________________
7:30________________

### To do List

1.________________
2.________________
3.________________
4.________________
5.________________
6.________________
7.________________
8.________________
9.________________
10.________________

### Must do List

1.________________
2.________________
3.________________
4.________________

### Top Priority List

1.________________
2.________________
3.________________

### Today's Achievements

1.________________
2.________________
3.________________
4.________________

### Notes:

**AUGUST**

| | | | | | | |
|---|---|---|---|---|---|---|
| 28 | 29 | 30 | 31 | 1 | 2 | 3 |
| 4 | 5 | 6 | 7 | 8 | 9 | 10 |
| 11 | 12 | 13 | 14 | 15 | 16 | 17 |
| 18 | 19 | 20 | 21 | 22 | 23 | 24 |
| 25 | 26 | 27 | 28 | 29 | 30 | 31 |

# 8 Thursday

# August

7:00____________________
7:30____________________
8:00____________________
8:30____________________
9:00____________________
9:30____________________
10:00___________________
10:30___________________
11:00___________________
11:30___________________
12:00___________________
12:30___________________
1:00____________________
1:30____________________
2:00____________________
2:30____________________
3:00____________________
3:30____________________
4:00____________________
4:30____________________
5:00____________________
5:30____________________
6:00____________________
6:30____________________
7:00____________________
7:30____________________

**To do List**

1.____________________
2.____________________
3.____________________
4.____________________
5.____________________
6.____________________
7.____________________
8.____________________
9.____________________
10.___________________

**Must do List**

1.____________________
2.____________________
3.____________________
4.____________________

**Top Priority List**

1.____________________
2.____________________
3.____________________

**Today's Achievements**

1.____________________
2.____________________
3.____________________
4.____________________

**Notes:**

*Just because you can't see it yet, doesn't mean it's not on its way.*

*- Joyce Meyer*

# August

Friday 9

7:00____________________
7:30____________________
8:00____________________
8:30____________________
9:00____________________
9:30____________________
10:00____________________
10:30____________________
11:00____________________
11:30____________________
12:00____________________
12:30____________________
1:00____________________
1:30____________________
2:00____________________
2:30____________________
3:00____________________
3:30____________________
4:00____________________
4:30____________________
5:00____________________
5:30____________________
6:00____________________
6:30____________________
7:00____________________
7:30____________________

**To do List**

1.____________________
2.____________________
3.____________________
4.____________________
5.____________________
6.____________________
7.____________________
8.____________________
9.____________________
10.____________________

**Must do List**

1.____________________
2.____________________
3.____________________
4.____________________

**Top Priority List**

1.____________________
2.____________________
3.____________________

**Today's Achievements**

1.____________________
2.____________________
3.____________________
4.____________________

**Notes:**

**AUGUST**

| | | | | | | |
|---|---|---|---|---|---|---|
| 28 | 29 | 30 | 31 | 1 | 2 | 3 |
| 4 | 5 | 6 | 7 | 8 | 9 | 10 |
| 11 | 12 | 13 | 14 | 15 | 16 | 17 |
| 18 | 19 | 20 | 21 | 22 | 23 | 24 |
| 25 | 26 | 27 | 28 | 29 | 30 | 31 |

## 10 Saturday

## August

7:00____________________
7:30____________________
8:00____________________
8:30____________________
9:00____________________
9:30____________________
10:00___________________
10:30___________________
11:00___________________
11:30___________________
12:00___________________
12:30___________________
1:00____________________
1:30____________________
2:00____________________
2:30____________________
3:00____________________
3:30____________________
4:00____________________
4:30____________________
5:00____________________
5:30____________________
6:00____________________
6:30____________________
7:00____________________
7:30____________________

### To do List

1.__________________
2.__________________
3.__________________
4.__________________
5.__________________
6.__________________
7.__________________
8.__________________
9.__________________
10._________________

### Must do List

1.__________________
2.__________________
3.__________________
4.__________________

### Top Priority List

1.__________________
2.__________________
3.__________________

### Today's Achievements

1.__________________
2.__________________
3.__________________
4.__________________

### Notes:

*Without winter, spring would not be so pleasant: if we did not sometimes taste adversity, prosperity would not be so welcome.*

*- Anne Bradstreet*

# August

## Sunday 11

7:00 ________________________________
7:30 ________________________________
8:00 ________________________________
8:30 ________________________________
9:00 ________________________________
9:30 ________________________________
10:00 _______________________________
10:30 _______________________________
11:00 _______________________________
11:30 _______________________________
12:00 _______________________________
12:30 _______________________________
1:00 ________________________________
1:30 ________________________________
2:00 ________________________________
2:30 ________________________________
3:00 ________________________________
3:30 ________________________________
4:00 ________________________________
4:30 ________________________________
5:00 ________________________________
5:30 ________________________________
6:00 ________________________________
6:30 ________________________________
7:00 ________________________________
7:30 ________________________________

**Notes:**

**AUGUST**

| | | | | | | |
|---|---|---|---|---|---|---|
| 28 | 29 | 30 | 31 | 1 | 2 | 3 |
| 4 | 5 | 6 | 7 | 8 | 9 | 10 |
| 11 | 12 | 13 | 14 | 15 | 16 | 17 |
| 18 | 19 | 20 | 21 | 22 | 23 | 24 |
| 25 | 26 | 27 | 28 | 29 | 30 | 31 |

# 12 Monday

# August

7:00__________
7:30__________
8:00__________
8:30__________
9:00__________
9:30__________
10:00__________
10:30__________
11:00__________
11:30__________
12:00__________
12:30__________
1:00__________
1:30__________
2:00__________
2:30__________
3:00__________
3:30__________
4:00__________
4:30__________
5:00__________
5:30__________
6:00__________
6:30__________
7:00__________
7:30__________

**To do List**

1. __________
2. __________
3. __________
4. __________
5. __________
6. __________
7. __________
8. __________
9. __________
10. __________

**Must do List**

1. __________
2. __________
3. __________
4. __________

**Top Priority List**

1. __________
2. __________
3. __________

**Today's Achievements**

1. __________
2. __________
3. __________
4. __________

**Notes:**

*For the things we have to learn before we can do them, we learn by doing them.*

*— Aristotle*

# August

Tuesday 13

7:00________
7:30________
8:00________
8:30________
9:00________
9:30________
10:00________
10:30________
11:00________
11:30________
12:00________
12:30________
1:00________
1:30________
2:00________
2:30________
3:00________
3:30________
4:00________
4:30________
5:00________
5:30________
6:00________
6:30________
7:00________
7:30________

**To do List**

1.________
2.________
3.________
4.________
5.________
6.________
7.________
8.________
9.________
10.________

**Must do List**

1.________
2.________
3.________
4.________

**Top Priority List**

1.________
2.________
3.________

**Today's Achievements**

1.________
2.________
3.________
4.________

**Notes:**

AUGUST

| | | | | | | |
|---|---|---|---|---|---|---|
| 28 | 29 | 30 | 31 | 1 | 2 | 3 |
| 4 | 5 | 6 | 7 | 8 | 9 | 10 |
| 11 | 12 | 13 | 14 | 15 | 16 | 17 |
| 18 | 19 | 20 | 21 | 22 | 23 | 24 |
| 25 | 26 | 27 | 28 | 29 | 30 | 31 |

# 14 Wednesday

# August

7:00__________________________
7:30__________________________
8:00__________________________
8:30__________________________
9:00__________________________
9:30__________________________
10:00_________________________
10:30_________________________
11:00_________________________
11:30_________________________
12:00_________________________
12:30_________________________
1:00__________________________
1:30__________________________
2:00__________________________
2:30__________________________
3:00__________________________
3:30__________________________
4:00__________________________
4:30__________________________
5:00__________________________
5:30__________________________
6:00__________________________
6:30__________________________
7:00__________________________
7:30__________________________

**To do List**

1.________________________
2.________________________
3.________________________
4.________________________
5.________________________
6.________________________
7.________________________
8.________________________
9.________________________
10._______________________

**Must do List**

1.________________________
2.________________________
3.________________________
4.________________________

**Top Priority List**

1.________________________
2.________________________
3.________________________

**Today's Achievements**

1.________________________
2.________________________
3.________________________
4.________________________

**Notes:**

*In case you never get a second chance: don't be afraid! And what if you do get a second chance? You take it!*

*– C. JoyBell C.*

# August

# Thursday 15

7:00

7:30

8:00

8:30

9:00

9:30

10:00

10:30

11:00

11:30

12:00

12:30

1:00

1:30

2:00

2:30

3:00

3:30

4:00

4:30

5:00

5:30

6:00

6:30

7:00

7:30

**To do List**

1.
2.
3.
4.
5.
6.
7.
8.
9.
10.

**Must do List**

1.
2.
3.
4.

**Top Priority List**

1.
2.
3.

**Today's Achievements**

1.
2.
3.
4.

**Notes:**

**AUGUST**

| | | | | | | |
|---|---|---|---|---|---|---|
| 28 | 29 | 30 | 31 | 1 | 2 | 3 |
| 4 | 5 | 6 | 7 | 8 | 9 | 10 |
| 11 | 12 | 13 | 14 | 15 | 16 | 17 |
| 18 | 19 | 20 | 21 | 22 | 23 | 24 |
| 25 | 26 | 27 | 28 | 29 | 30 | 31 |

## 16 Friday

## August

7:00__________
7:30__________
8:00__________
8:30__________
9:00__________
9:30__________
10:00__________
10:30__________
11:00__________
11:30__________
12:00__________
12:30__________
1:00__________
1:30__________
2:00__________
2:30__________
3:00__________
3:30__________
4:00__________
4:30__________
5:00__________
5:30__________
6:00__________
6:30__________
7:00__________
7:30__________

**To do List**

1.__________
2.__________
3.__________
4.__________
5.__________
6.__________
7.__________
8.__________
9.__________
10.__________

**Must do List**

1.__________
2.__________
3.__________
4.__________

**Top Priority List**

1.__________
2.__________
3.__________

**Today's Achievements**

1.__________
2.__________
3.__________
4.__________

**Notes:**

*Be the person you wanted to be before the adults told you who you would be.*

*- Emma Frost*

# August

## Saturday 17

7:00__________
7:30__________
8:00__________
8:30__________
9:00__________
9:30__________
10:00__________
10:30__________
11:00__________
11:30__________
12:00__________
12:30__________
1:00__________
1:30__________
2:00__________
2:30__________
3:00__________
3:30__________
4:00__________
4:30__________
5:00__________
5:30__________
6:00__________
6:30__________
7:00__________
7:30__________

**To do List**

1.__________
2.__________
3.__________
4.__________
5.__________
6.__________
7.__________
8.__________
9.__________
10.__________

**Must do List**

1.__________
2.__________
3.__________
4.__________

**Top Priority List**

1.__________
2.__________
3.__________

**Today's Achievements**

1.__________
2.__________
3.__________
4.__________

**Notes:**

**AUGUST**

| | | | | | | |
|---|---|---|---|---|---|---|
| 28 | 29 | 30 | 31 | 1 | 2 | 3 |
| 4 | 5 | 6 | 7 | 8 | 9 | 10 |
| 11 | 12 | 13 | 14 | 15 | 16 | 17 |
| 18 | 19 | 20 | 21 | 22 | 23 | 24 |
| 25 | 26 | 27 | 28 | 29 | 30 | 31 |

# 18 Sunday

# August

7:00__________
7:30__________
8:00__________
8:30__________
9:00__________
9:30__________
10:00__________
10:30__________
11:00__________
11:30__________
12:00__________
12:30__________
1:00__________
1:30__________
2:00__________
2:30__________
3:00__________
3:30__________
4:00__________
4:30__________
5:00__________
5:30__________
6:00__________
6:30__________
7:00__________
7:30__________

**Notes:**

*If you can't do anything about it, laugh like crazy.*

*— David Cook*

# August

## Monday 19

7:00________________________
7:30________________________
8:00________________________
8:30________________________
9:00________________________
9:30________________________
10:00_______________________
10:30_______________________
11:00_______________________
11:30_______________________
12:00_______________________
12:30_______________________
1:00________________________
1:30________________________
2:00________________________
2:30________________________
3:00________________________
3:30________________________
4:00________________________
4:30________________________
5:00________________________
5:30________________________
6:00________________________
6:30________________________
7:00________________________
7:30________________________

**To do List**

1.____________________
2.____________________
3.____________________
4.____________________
5.____________________
6.____________________
7.____________________
8.____________________
9.____________________
10.___________________

**Must do List**

1.____________________
2.____________________
3.____________________
4.____________________

**Top Priority List**

1.____________________
2.____________________
3.____________________

**Today's Achievements**

1.____________________
2.____________________
3.____________________
4.____________________

**Notes:**

**AUGUST**

| | | | | | | |
|---|---|---|---|---|---|---|
| 28 | 29 | 30 | 31 | 1 | 2 | 3 |
| 4 | 5 | 6 | 7 | 8 | 9 | 10 |
| 11 | 12 | 13 | 14 | 15 | 16 | 17 |
| 18 | 19 | 20 | 21 | 22 | 23 | 24 |
| 25 | 26 | 27 | 28 | 29 | 30 | 31 |

## 20 Tuesday

## August

7:00____________________
7:30____________________
8:00____________________
8:30____________________
9:00____________________
9:30____________________
10:00____________________
10:30____________________
11:00____________________
11:30____________________
12:00____________________
12:30____________________
1:00____________________
1:30____________________
2:00____________________
2:30____________________
3:00____________________
3:30____________________
4:00____________________
4:30____________________
5:00____________________
5:30____________________
6:00____________________
6:30____________________
7:00____________________
7:30____________________

### To do List

1.____________________
2.____________________
3.____________________
4.____________________
5.____________________
6.____________________
7.____________________
8.____________________
9.____________________
10.____________________

### Must do List

1.____________________
2.____________________
3.____________________
4.____________________

### Top Priority List

1.____________________
2.____________________
3.____________________

### Today's Achievements

1.____________________
2.____________________
3.____________________
4.____________________

### Notes:

*Trying to meet everyone's expectations is like trying to drain the ocean with a teaspoon.*

*- Joyce Meyer*

# August

## Wednesday 21

7:00__________
7:30__________
8:00__________
8:30__________
9:00__________
9:30__________
10:00__________
10:30__________
11:00__________
11:30__________
12:00__________
12:30__________
1:00__________
1:30__________
2:00__________
2:30__________
3:00__________
3:30__________
4:00__________
4:30__________
5:00__________
5:30__________
6:00__________
6:30__________
7:00__________
7:30__________

**To do List**

1. __________
2. __________
3. __________
4. __________
5. __________
6. __________
7. __________
8. __________
9. __________
10. __________

**Must do List**

1. __________
2. __________
3. __________
4. __________

**Top Priority List**

1. __________
2. __________
3. __________

**Today's Achievements**

1. __________
2. __________
3. __________
4. __________

**Notes:**

**AUGUST**

| | | | | | | |
|---|---|---|---|---|---|---|
| 28 | 29 | 30 | 31 | 1 | 2 | 3 |
| 4 | 5 | 6 | 7 | 8 | 9 | 10 |
| 11 | 12 | 13 | 14 | 15 | 16 | 17 |
| 18 | 19 | 20 | 21 | 22 | 23 | 24 |
| 25 | 26 | 27 | 28 | 29 | 30 | 31 |

## 22 Thursday

## August

7:00________________
7:30________________
8:00________________
8:30________________
9:00________________
9:30________________
10:00________________
10:30________________
11:00________________
11:30________________
12:00________________
12:30________________
1:00________________
1:30________________
2:00________________
2:30________________
3:00________________
3:30________________
4:00________________
4:30________________
5:00________________
5:30________________
6:00________________
6:30________________
7:00________________
7:30________________

### To do List

1. ________________
2. ________________
3. ________________
4. ________________
5. ________________
6. ________________
7. ________________
8. ________________
9. ________________
10. ________________

### Must do List

1. ________________
2. ________________
3. ________________
4. ________________

### Top Priority List

1. ________________
2. ________________
3. ________________

### Today's Achievements

1. ________________
2. ________________
3. ________________
4. ________________

### Notes:

*Failures are the stairs we climb to reach success.*

*— Roy T. Bennett*

# August

Friday 23

7:00________
7:30________
8:00________
8:30________
9:00________
9:30________
10:00________
10:30________
11:00________
11:30________
12:00________
12:30________
1:00________
1:30________
2:00________
2:30________
3:00________
3:30________
4:00________
4:30________
5:00________
5:30________
6:00________
6:30________
7:00________
7:30________

**To do List**

1.________
2.________
3.________
4.________
5.________
6.________
7.________
8.________
9.________
10.________

**Must do List**

1.________
2.________
3.________
4.________

**Top Priority List**

1.________
2.________
3.________

**Today's Achievements**

1.________
2.________
3.________
4.________

**Notes:**

**AUGUST**

| | | | | | | |
|---|---|---|---|---|---|---|
| 28 | 29 | 30 | 31 | 1 | 2 | 3 |
| 4 | 5 | 6 | 7 | 8 | 9 | 10 |
| 11 | 12 | 13 | 14 | 15 | 16 | 17 |
| 18 | 19 | 20 | 21 | 22 | 23 | 24 |
| 25 | 26 | 27 | 28 | 29 | 30 | 31 |

## 24 Saturday

# August

7:00____________________
7:30____________________
8:00____________________
8:30____________________
9:00____________________
9:30____________________
10:00____________________
10:30____________________
11:00____________________
11:30____________________
12:00____________________
12:30____________________
1:00____________________
1:30____________________
2:00____________________
2:30____________________
3:00____________________
3:30____________________
4:00____________________
4:30____________________
5:00____________________
5:30____________________
6:00____________________
6:30____________________
7:00____________________
7:30____________________

### To do List

1. ____________________
2. ____________________
3. ____________________
4. ____________________
5. ____________________
6. ____________________
7. ____________________
8. ____________________
9. ____________________
10. ____________________

### Must do List

1. ____________________
2. ____________________
3. ____________________
4. ____________________

### Top Priority List

1. ____________________
2. ____________________
3. ____________________

### Today's Achievements

1. ____________________
2. ____________________
3. ____________________
4. ____________________

### Notes:

*Always desire to learn something useful.*

*Sophocles*

# August

Sunday **25**

7:00______________________
7:30______________________
8:00______________________
8:30______________________
9:00______________________
9:30______________________
10:00______________________
10:30______________________
11:00______________________
11:30______________________
12:00______________________
12:30______________________
1:00______________________
1:30______________________
2:00______________________
2:30______________________
3:00______________________
3:30______________________
4:00______________________
4:30______________________
5:00______________________
5:30______________________
6:00______________________
6:30______________________
7:00______________________
7:30______________________

**Notes:**

**AUGUST**

| | | | | | | |
|---|---|---|---|---|---|---|
| 28 | 29 | 30 | 31 | 1 | 2 | 3 |
| 4 | 5 | 6 | 7 | 8 | 9 | 10 |
| 11 | 12 | 13 | 14 | 15 | 16 | 17 |
| 18 | 19 | 20 | 21 | 22 | 23 | 24 |
| 25 | 26 | 27 | 28 | 29 | 30 | 31 |

# 26 Monday — August

7:00____________________
7:30____________________
8:00____________________
8:30____________________
9:00____________________
9:30____________________
10:00____________________
10:30____________________
11:00____________________
11:30____________________
12:00____________________
12:30____________________
1:00____________________
1:30____________________
2:00____________________
2:30____________________
3:00____________________
3:30____________________
4:00____________________
4:30____________________
5:00____________________
5:30____________________
6:00____________________
6:30____________________
7:00____________________
7:30____________________

**To do List**

1. ____________________
2. ____________________
3. ____________________
4. ____________________
5. ____________________
6. ____________________
7. ____________________
8. ____________________
9. ____________________
10. ____________________

**Must do List**

1. ____________________
2. ____________________
3. ____________________
4. ____________________

**Top Priority List**

1. ____________________
2. ____________________
3. ____________________

**Today's Achievements**

1. ____________________
2. ____________________
3. ____________________
4. ____________________

**Notes:**

*Create a vision for the life you really want and then work relentlessly towards making it a reality.*

*— Roy T. Bennett*

# August

## Tuesday 27

7:00____________________
7:30____________________
8:00____________________
8:30____________________
9:00____________________
9:30____________________
10:00____________________
10:30____________________
11:00____________________
11:30____________________
12:00____________________
12:30____________________
1:00____________________
1:30____________________
2:00____________________
2:30____________________
3:00____________________
3:30____________________
4:00____________________
4:30____________________
5:00____________________
5:30____________________
6:00____________________
6:30____________________
7:00____________________
7:30____________________

**To do List**

1. ____________________
2. ____________________
3. ____________________
4. ____________________
5. ____________________
6. ____________________
7. ____________________
8. ____________________
9. ____________________
10. ____________________

**Must do List**

1. ____________________
2. ____________________
3. ____________________
4. ____________________

**Top Priority List**

1. ____________________
2. ____________________
3. ____________________

**Today's Achievements**

1. ____________________
2. ____________________
3. ____________________
4. ____________________

**Notes:**

**AUGUST**

| | | | | | | |
|---|---|---|---|---|---|---|
| 28 | 29 | 30 | 31 | 1 | 2 | 3 |
| 4 | 5 | 6 | 7 | 8 | 9 | 10 |
| 11 | 12 | 13 | 14 | 15 | 16 | 17 |
| 18 | 19 | 20 | 21 | 22 | 23 | 24 |
| 25 | 26 | 27 | 28 | 29 | 30 | 31 |

## 28 Wednesday

## August

7:00__________
7:30__________
8:00__________
8:30__________
9:00__________
9:30__________
10:00__________
10:30__________
11:00__________
11:30__________
12:00__________
12:30__________
1:00__________
1:30__________
2:00__________
2:30__________
3:00__________
3:30__________
4:00__________
4:30__________
5:00__________
5:30__________
6:00__________
6:30__________
7:00__________
7:30__________

**To do List**

1.__________
2.__________
3.__________
4.__________
5.__________
6.__________
7.__________
8.__________
9.__________
10.__________

**Must do List**

1.__________
2.__________
3.__________
4.__________

**Top Priority List**

1.__________
2.__________
3.__________

**Today's Achievements**

1.__________
2.__________
3.__________
4.__________

**Notes:**

*Love the trees until their leaves fall off, then encourage them to try again next year.*

*— Chad Sugg*

# August

## Thursday 29

7:00_____
7:30_____
8:00_____
8:30_____
9:00_____
9:30_____
10:00_____
10:30_____
11:00_____
11:30_____
12:00_____
12:30_____
1:00_____
1:30_____
2:00_____
2:30_____
3:00_____
3:30_____
4:00_____
4:30_____
5:00_____
5:30_____
6:00_____
6:30_____
7:00_____
7:30_____

**To do List**

1. _____
2. _____
3. _____
4. _____
5. _____
6. _____
7. _____
8. _____
9. _____
10. _____

**Must do List**

1. _____
2. _____
3. _____
4. _____

**Top Priority List**

1. _____
2. _____
3. _____

**Today's Achievements**

1. _____
2. _____
3. _____
4. _____

**Notes:**

**AUGUST**

| | | | | | | |
|---|---|---|---|---|---|---|
| 28 | 29 | 30 | 31 | 1 | 2 | 3 |
| 4 | 5 | 6 | 7 | 8 | 9 | 10 |
| 11 | 12 | 13 | 14 | 15 | 16 | 17 |
| 18 | 19 | 20 | 21 | 22 | 23 | 24 |
| 25 | 26 | 27 | 28 | 29 | 30 | 31 |

# 30 Friday

# August

7:00____________________
7:30____________________
8:00____________________
8:30____________________
9:00____________________
9:30____________________
10:00____________________
10:30____________________
11:00____________________
11:30____________________
12:00____________________
12:30____________________
1:00____________________
1:30____________________
2:00____________________
2:30____________________
3:00____________________
3:30____________________
4:00____________________
4:30____________________
5:00____________________
5:30____________________
6:00____________________
6:30____________________
7:00____________________
7:30____________________

## To do List

1. ____________________
2. ____________________
3. ____________________
4. ____________________
5. ____________________
6. ____________________
7. ____________________
8. ____________________
9. ____________________
10. ____________________

## Must do List

1. ____________________
2. ____________________
3. ____________________
4. ____________________

## Top Priority List

1. ____________________
2. ____________________
3. ____________________

## Today's Achievements

1. ____________________
2. ____________________
3. ____________________
4. ____________________

## Notes:

*Some beautiful paths can't be discovered without getting lost.*

*– Erol Ozan*

# August

Saturday **31**

7:00____________________
7:30____________________
8:00____________________
8:30____________________
9:00____________________
9:30____________________
10:00___________________
10:30___________________
11:00___________________
11:30___________________
12:00___________________
12:30___________________
1:00____________________
1:30____________________
2:00____________________
2:30____________________
3:00____________________
3:30____________________
4:00____________________
4:30____________________
5:00____________________
5:30____________________
6:00____________________
6:30____________________
7:00____________________
7:30____________________

## To do List

1.____________________
2.____________________
3.____________________
4.____________________
5.____________________
6.____________________
7.____________________
8.____________________
9.____________________
10.___________________

## Must do List

1.____________________
2.____________________
3.____________________
4.____________________

## Top Priority List

1.____________________
2.____________________
3.____________________

## Today's Achievements

1.____________________
2.____________________
3.____________________
4.____________________

## Notes:

**AUGUST**

| | | | | | | |
|---|---|---|---|---|---|---|
| 28 | 29 | 30 | 31 | 1 | 2 | 3 |
| 4 | 5 | 6 | 7 | 8 | 9 | 10 |
| 11 | 12 | 13 | 14 | 15 | 16 | 17 |
| 18 | 19 | 20 | 21 | 22 | 23 | 24 |
| 25 | 26 | 27 | 28 | 29 | 30 | 31 |
| 28 | 29 | 30 | 31 | 1 | 2 | 3 |

## 1 Sunday

## September

7:00______________________________
7:30______________________________
8:00______________________________
8:30______________________________
9:00______________________________
9:30______________________________
10:00_____________________________
10:30_____________________________
11:00_____________________________
11:30_____________________________
12:00_____________________________
12:30_____________________________
1:00______________________________
1:30______________________________
2:00______________________________
2:30______________________________
3:00______________________________
3:30______________________________
4:00______________________________
4:30______________________________
5:00______________________________
5:30______________________________
6:00______________________________
6:30______________________________
7:00______________________________
7:30______________________________

**Notes:**

*One person can make a difference, and every person should try.*

*– John F. Kennedy*

# September

## Monday 2

7:00____________________
7:30____________________
8:00____________________
8:30____________________
9:00____________________
9:30____________________
10:00____________________
10:30____________________
11:00____________________
11:30____________________
12:00____________________
12:30____________________
1:00____________________
1:30____________________
2:00____________________
2:30____________________
3:00____________________
3:30____________________
4:00____________________
4:30____________________
5:00____________________
5:30____________________
6:00____________________
6:30____________________
7:00____________________
7:30____________________

### To do List

1. ____________________
2. ____________________
3. ____________________
4. ____________________
5. ____________________
6. ____________________
7. ____________________
8. ____________________
9. ____________________
10. ____________________

### Must do List

1. ____________________
2. ____________________
3. ____________________
4. ____________________

### Top Priority List

1. ____________________
2. ____________________
3. ____________________

### Today's Achievements

1. ____________________
2. ____________________
3. ____________________
4. ____________________

### Notes:

SEPTEMBER

| S | M | T | W | T | F | S |
|---|---|---|---|---|---|---|
| 1 | 2 | 3 | 4 | 5 | 6 | 7 |
| 8 | 9 | 10 | 11 | 12 | 13 | 14 |
| 15 | 16 | 17 | 18 | 19 | 20 | 21 |
| 22 | 23 | 24 | 25 | 26 | 27 | 28 |
| 29 | 30 | 1 | 2 | 3 | 4 | 5 |

# 3 Tuesday

# September

7:00____________________
7:30____________________
8:00____________________
8:30____________________
9:00____________________
9:30____________________
10:00___________________
10:30___________________
11:00___________________
11:30___________________
12:00___________________
12:30___________________
1:00____________________
1:30____________________
2:00____________________
2:30____________________
3:00____________________
3:30____________________
4:00____________________
4:30____________________
5:00____________________
5:30____________________
6:00____________________
6:30____________________
7:00____________________
7:30____________________

**To do List**

1.__________________
2.__________________
3.__________________
4.__________________
5.__________________
6.__________________
7.__________________
8.__________________
9.__________________
10._________________

**Must do List**

1.__________________
2.__________________
3.__________________
4.__________________

**Top Priority List**

1.__________________
2.__________________
3.__________________

**Today's Achievements**

1.__________________
2.__________________
3.__________________
4.__________________

**Notes:**

*You can't fall if you don't climb. But there's no joy in living your whole life on the ground.*

*- Unknown*

# September

## Wednesday 4

7:00________
7:30________
8:00________
8:30________
9:00________
9:30________
10:00________
10:30________
11:00________
11:30________
12:00________
12:30________
1:00________
1:30________
2:00________
2:30________
3:00________
3:30________
4:00________
4:30________
5:00________
5:30________
6:00________
6:30________
7:00________
7:30________

**To do List**

1.________
2.________
3.________
4.________
5.________
6.________
7.________
8.________
9.________
10.________

**Must do List**

1.________
2.________
3.________
4.________

**Top Priority List**

1.________
2.________
3.________

**Today's Achievements**

1.________
2.________
3.________
4.________

**Notes:**

**SEPTEMBER**

| S | M | T | W | T | F | S |
|---|---|---|---|---|---|---|
| 1 | 2 | 3 | 4 | 5 | 6 | 7 |
| 8 | 9 | 10 | 11 | 12 | 13 | 14 |
| 15 | 16 | 17 | 18 | 19 | 20 | 21 |
| 22 | 23 | 24 | 25 | 26 | 27 | 28 |
| 29 | 30 | 1 | 2 | 3 | 4 | 5 |

# 5 Thursday

# September

7:00____________________________
7:30____________________________
8:00____________________________
8:30____________________________
9:00____________________________
9:30____________________________
10:00___________________________
10:30___________________________
11:00___________________________
11:30___________________________
12:00___________________________
12:30___________________________
1:00____________________________
1:30____________________________
2:00____________________________
2:30____________________________
3:00____________________________
3:30____________________________
4:00____________________________
4:30____________________________
5:00____________________________
5:30____________________________
6:00____________________________
6:30____________________________
7:00____________________________
7:30____________________________

**To do List**

1.__________________________
2.__________________________
3.__________________________
4.__________________________
5.__________________________
6.__________________________
7.__________________________
8.__________________________
9.__________________________
10._________________________

**Must do List**

1.__________________________
2.__________________________
3.__________________________
4.__________________________

**Top Priority List**

1.__________________________
2.__________________________
3.__________________________

**Today's Achievements**

1.__________________________
2.__________________________
3.__________________________
4.__________________________

**Notes:**

*Be so good they can't ignore you.*

*– Steve Martin*

# September

Friday 6

7:00________
7:30________
8:00________
8:30________
9:00________
9:30________
10:00________
10:30________
11:00________
11:30________
12:00________
12:30________
1:00________
1:30________
2:00________
2:30________
3:00________
3:30________
4:00________
4:30________
5:00________
5:30________
6:00________
6:30________
7:00________
7:30________

## To do List

1.________
2.________
3.________
4.________
5.________
6.________
7.________
8.________
9.________
10.________

## Must do List

1.________
2.________
3.________
4.________

## Top Priority List

1.________
2.________
3.________

## Today's Achievements

1.________
2.________
3.________
4.________

## Notes:

SEPTEMBER

| S | M | T | W | T | F | S |
|---|---|---|---|---|---|---|
| 1 | 2 | 3 | 4 | 5 | 6 | 7 |
| 8 | 9 | 10 | 11 | 12 | 13 | 14 |
| 15 | 16 | 17 | 18 | 19 | 20 | 21 |
| 22 | 23 | 24 | 25 | 26 | 27 | 28 |
| 29 | 30 | 1 | 2 | 3 | 4 | 5 |

# 7 Saturday September

7:00_____
7:30_____
8:00_____
8:30_____
9:00_____
9:30_____
10:00_____
10:30_____
11:00_____
11:30_____
12:00_____
12:30_____
1:00_____
1:30_____
2:00_____
2:30_____
3:00_____
3:30_____
4:00_____
4:30_____
5:00_____
5:30_____
6:00_____
6:30_____
7:00_____
7:30_____

**To do List**

1. _____
2. _____
3. _____
4. _____
5. _____
6. _____
7. _____
8. _____
9. _____
10. _____

**Must do List**

1. _____
2. _____
3. _____
4. _____

**Top Priority List**

1. _____
2. _____
3. _____

**Today's Achievements**

1. _____
2. _____
3. _____
4. _____

**Notes:**

*You don't get to pick where you're from, but you always have control of where you're going.*

*— Chris Colfer*

## September

**Sunday 8**

7:00____________________
7:30____________________
8:00____________________
8:30____________________
9:00____________________
9:30____________________
10:00____________________
10:30____________________
11:00____________________
11:30____________________
12:00____________________
12:30____________________
1:00____________________
1:30____________________
2:00____________________
2:30____________________
3:00____________________
3:30____________________
4:00____________________
4:30____________________
5:00____________________
5:30____________________
6:00____________________
6:30____________________
7:00____________________
7:30____________________

**Notes:**

**SEPTEMBER**

| S | M | T | W | T | F | S |
|---|---|---|---|---|---|---|
| 1 | 2 | 3 | 4 | 5 | 6 | 7 |
| 8 | 9 | 10 | 11 | 12 | 13 | 14 |
| 15 | 16 | 17 | 18 | 19 | 20 | 21 |
| 22 | 23 | 24 | 25 | 26 | 27 | 28 |
| 29 | 30 | 1 | 2 | 3 | 4 | 5 |

# 9 Monday

# September

7:00____________________
7:30____________________
8:00____________________
8:30____________________
9:00____________________
9:30____________________
10:00___________________
10:30___________________
11:00___________________
11:30___________________
12:00___________________
12:30___________________
1:00____________________
1:30____________________
2:00____________________
2:30____________________
3:00____________________
3:30____________________
4:00____________________
4:30____________________
5:00____________________
5:30____________________
6:00____________________
6:30____________________
7:00____________________
7:30____________________

## To do List

1. ____________________
2. ____________________
3. ____________________
4. ____________________
5. ____________________
6. ____________________
7. ____________________
8. ____________________
9. ____________________
10. ___________________

## Must do List

1. ____________________
2. ____________________
3. ____________________
4. ____________________

## Top Priority List

1. ____________________
2. ____________________
3. ____________________

## Today's Achievements

1. ____________________
2. ____________________
3. ____________________
4. ____________________

## Notes:

*No matter how hard life is,
know that it will get better.*

*– Unknown*

## September

**Tuesday 10**

7:00____________________
7:30____________________
8:00____________________
8:30____________________
9:00____________________
9:30____________________
10:00___________________
10:30___________________
11:00___________________
11:30___________________
12:00___________________
12:30___________________
1:00____________________
1:30____________________
2:00____________________
2:30____________________
3:00____________________
3:30____________________
4:00____________________
4:30____________________
5:00____________________
5:30____________________
6:00____________________
6:30____________________
7:00____________________
7:30____________________

**To do List**

1.____________________
2.____________________
3.____________________
4.____________________
5.____________________
6.____________________
7.____________________
8.____________________
9.____________________
10.___________________

**Must do List**

1.____________________
2.____________________
3.____________________
4.____________________

**Top Priority List**

1.____________________
2.____________________
3.____________________

**Today's Achievements**

1.____________________
2.____________________
3.____________________
4.____________________

**Notes:**

**SEPTEMBER**

| S | M | T | W | T | F | S |
|---|---|---|---|---|---|---|
| 1 | 2 | 3 | 4 | 5 | 6 | 7 |
| 8 | 9 | 10 | 11 | 12 | 13 | 14 |
| 15 | 16 | 17 | 18 | 19 | 20 | 21 |
| 22 | 23 | 24 | 25 | 26 | 27 | 28 |
| 29 | 30 | 1 | 2 | 3 | 4 | 5 |

## 11 Wednesday

## September

7:00__________________________
7:30__________________________
8:00__________________________
8:30__________________________
9:00__________________________
9:30__________________________
10:00_________________________
10:30_________________________
11:00_________________________
11:30_________________________
12:00_________________________
12:30_________________________
1:00__________________________
1:30__________________________
2:00__________________________
2:30__________________________
3:00__________________________
3:30__________________________
4:00__________________________
4:30__________________________
5:00__________________________
5:30__________________________
6:00__________________________
6:30__________________________
7:00__________________________
7:30__________________________

**To do List**

1. ________________________
2. ________________________
3. ________________________
4. ________________________
5. ________________________
6. ________________________
7. ________________________
8. ________________________
9. ________________________
10. _______________________

**Must do List**

1. ________________________
2. ________________________
3. ________________________
4. ________________________

**Top Priority List**

1. ________________________
2. ________________________
3. ________________________

**Today's Achievements**

1. ________________________
2. ________________________
3. ________________________
4. ________________________

**Notes:**

*When you are overwhelmed, stop. Breath. Repeat. Until you can continue in control.*

*- Emma Frost*

# September

## Thursday 12

7:00____________________
7:30____________________
8:00____________________
8:30____________________
9:00____________________
9:30____________________
10:00____________________
10:30____________________
11:00____________________
11:30____________________
12:00____________________
12:30____________________
1:00____________________
1:30____________________
2:00____________________
2:30____________________
3:00____________________
3:30____________________
4:00____________________
4:30____________________
5:00____________________
5:30____________________
6:00____________________
6:30____________________
7:00____________________
7:30____________________

### To do List

1.____________________
2.____________________
3.____________________
4.____________________
5.____________________
6.____________________
7.____________________
8.____________________
9.____________________
10.____________________

### Must do List

1.____________________
2.____________________
3.____________________
4.____________________

### Top Priority List

1.____________________
2.____________________
3.____________________

### Today's Achievements

1.____________________
2.____________________
3.____________________
4.____________________

### Notes:

**SEPTEMBER**

| S | M | T | W | T | F | S |
|---|---|---|---|---|---|---|
| 1 | 2 | 3 | 4 | 5 | 6 | 7 |
| 8 | 9 | 10 | 11 | 12 | 13 | 14 |
| 15 | 16 | 17 | 18 | 19 | 20 | 21 |
| 22 | 23 | 24 | 25 | 26 | 27 | 28 |
| 29 | 30 | 1 | 2 | 3 | 4 | 5 |

**13** **Friday** **September**

7:00____________________
7:30____________________
8:00____________________
8:30____________________
9:00____________________
9:30____________________
10:00____________________
10:30____________________
11:00____________________
11:30____________________
12:00____________________
12:30____________________
1:00____________________
1:30____________________
2:00____________________
2:30____________________
3:00____________________
3:30____________________
4:00____________________
4:30____________________
5:00____________________
5:30____________________
6:00____________________
6:30____________________
7:00____________________
7:30____________________

**To do List**

1.____________________
2.____________________
3.____________________
4.____________________
5.____________________
6.____________________
7.____________________
8.____________________
9.____________________
10.____________________

**Must do List**

1.____________________
2.____________________
3.____________________
4.____________________

**Top Priority List**

1.____________________
2.____________________
3.____________________

**Today's Achievements**

1.____________________
2.____________________
3.____________________
4.____________________

**Notes:**

*You look ridiculous if you dance*
*You look ridiculous if you don't dance. So you might as well dance.*

*— Gertrude Stein*

# September

Saturday **14**

7:00____________________
7:30____________________
8:00____________________
8:30____________________
9:00____________________
9:30____________________
10:00____________________
10:30____________________
11:00____________________
11:30____________________
12:00____________________
12:30____________________
1:00____________________
1:30____________________
2:00____________________
2:30____________________
3:00____________________
3:30____________________
4:00____________________
4:30____________________
5:00____________________
5:30____________________
6:00____________________
6:30____________________
7:00____________________
7:30____________________

**To do List**

1.____________________
2.____________________
3.____________________
4.____________________
5.____________________
6.____________________
7.____________________
8.____________________
9.____________________
10.____________________

**Must do List**

1.____________________
2.____________________
3.____________________
4.____________________

**Top Priority List**

1.____________________
2.____________________
3.____________________

**Today's Achievements**

1.____________________
2.____________________
3.____________________
4.____________________

**Notes:**

**SEPTEMBER**

| S | M | T | W | T | F | S |
|---|---|---|---|---|---|---|
| 1 | 2 | 3 | 4 | 5 | 6 | 7 |
| 8 | 9 | 10 | 11 | 12 | 13 | 14 |
| 15 | 16 | 17 | 18 | 19 | 20 | 21 |
| 22 | 23 | 24 | 25 | 26 | 27 | 28 |
| 29 | 30 | 1 | 2 | 3 | 4 | 5 |

## 15 Sunday

## September

7:00____________________
7:30____________________
8:00____________________
8:30____________________
9:00____________________
9:30____________________
10:00____________________
10:30____________________
11:00____________________
11:30____________________
12:00____________________
12:30____________________
1:00____________________
1:30____________________
2:00____________________
2:30____________________
3:00____________________
3:30____________________
4:00____________________
4:30____________________
5:00____________________
5:30____________________
6:00____________________
6:30____________________
7:00____________________
7:30____________________

**Notes:**

*Sometimes you have to be a bitch to get things done.*

*— Madonna*

# September

## Monday 16

7:00 ____
7:30 ____
8:00 ____
8:30 ____
9:00 ____
9:30 ____
10:00 ____
10:30 ____
11:00 ____
11:30 ____
12:00 ____
12:30 ____
1:00 ____
1:30 ____
2:00 ____
2:30 ____
3:00 ____
3:30 ____
4:00 ____
4:30 ____
5:00 ____
5:30 ____
6:00 ____
6:30 ____
7:00 ____
7:30 ____

**To do List**

1. ____
2. ____
3. ____
4. ____
5. ____
6. ____
7. ____
8. ____
9. ____
10. ____

**Must do List**

1. ____
2. ____
3. ____
4. ____

**Top Priority List**

1. ____
2. ____
3. ____

**Today's Achievements**

1. ____
2. ____
3. ____
4. ____

**Notes:**

SEPTEMBER

| S | M | T | W | T | F | S |
|---|---|---|---|---|---|---|
| 1 | 2 | 3 | 4 | 5 | 6 | 7 |
| 8 | 9 | 10 | 11 | 12 | 13 | 14 |
| 15 | 16 | 17 | 18 | 19 | 20 | 21 |
| 22 | 23 | 24 | 25 | 26 | 27 | 28 |
| 29 | 30 | 1 | 2 | 3 | 4 | 5 |

# 17 Tuesday

# September

7:00____________________
7:30____________________
8:00____________________
8:30____________________
9:00____________________
9:30____________________
10:00____________________
10:30____________________
11:00____________________
11:30____________________
12:00____________________
12:30____________________
1:00____________________
1:30____________________
2:00____________________
2:30____________________
3:00____________________
3:30____________________
4:00____________________
4:30____________________
5:00____________________
5:30____________________
6:00____________________
6:30____________________
7:00____________________
7:30____________________

## To do List

1. ____________________
2. ____________________
3. ____________________
4. ____________________
5. ____________________
6. ____________________
7. ____________________
8. ____________________
9. ____________________
10. ____________________

## Must do List

1. ____________________
2. ____________________
3. ____________________
4. ____________________

## Top Priority List

1. ____________________
2. ____________________
3. ____________________

## Today's Achievements

1. ____________________
2. ____________________
3. ____________________
4. ____________________

## Notes:

*Let others leave their future in someone else's hands, but not you.*

*– Jim Rohn*

# September

## Wednesday 18

7:00____________________
7:30____________________
8:00____________________
8:30____________________
9:00____________________
9:30____________________
10:00____________________
10:30____________________
11:00____________________
11:30____________________
12:00____________________
12:30____________________
1:00____________________
1:30____________________
2:00____________________
2:30____________________
3:00____________________
3:30____________________
4:00____________________
4:30____________________
5:00____________________
5:30____________________
6:00____________________
6:30____________________
7:00____________________
7:30____________________

### To do List

1. ____________________
2. ____________________
3. ____________________
4. ____________________
5. ____________________
6. ____________________
7. ____________________
8. ____________________
9. ____________________
10. ____________________

### Must do List

1. ____________________
2. ____________________
3. ____________________
4. ____________________

### Top Priority List

1. ____________________
2. ____________________
3. ____________________

### Today's Achievements

1. ____________________
2. ____________________
3. ____________________
4. ____________________

### Notes:

**SEPTEMBER**

| S | M | T | W | T | F | S |
|---|---|---|---|---|---|---|
| 1 | 2 | 3 | 4 | 5 | 6 | 7 |
| 8 | 9 | 10 | 11 | 12 | 13 | 14 |
| 15 | 16 | 17 | 18 | 19 | 20 | 21 |
| 22 | 23 | 24 | 25 | 26 | 27 | 28 |
| 29 | 30 | 1 | 2 | 3 | 4 | 5 |

## 19 Thursday

## September

7:00____________________
7:30____________________
8:00____________________
8:30____________________
9:00____________________
9:30____________________
10:00___________________
10:30___________________
11:00___________________
11:30___________________
12:00___________________
12:30___________________
1:00____________________
1:30____________________
2:00____________________
2:30____________________
3:00____________________
3:30____________________
4:00____________________
4:30____________________
5:00____________________
5:30____________________
6:00____________________
6:30____________________
7:00____________________
7:30____________________

**To do List**

1.____________________
2.____________________
3.____________________
4.____________________
5.____________________
6.____________________
7.____________________
8.____________________
9.____________________
10.___________________

**Must do List**

1.____________________
2.____________________
3.____________________
4.____________________

**Top Priority List**

1.____________________
2.____________________
3.____________________

**Today's Achievements**

1.____________________
2.____________________
3.____________________
4.____________________

**Notes:**

*If you don't like the road you're walking, start paving another one.*

*— Dolly Parton*

# September

Friday 20

7:00
7:30
8:00
8:30
9:00
9:30
10:00
10:30
11:00
11:30
12:00
12:30
1:00
1:30
2:00
2:30
3:00
3:30
4:00
4:30
5:00
5:30
6:00
6:30
7:00
7:30

**To do List**

1.
2.
3.
4.
5.
6.
7.
8.
9.
10.

**Must do List**

1.
2.
3.
4.

**Top Priority List**

1.
2.
3.

**Today's Achievements**

1.
2.
3.
4.

**Notes:**

SEPTEMBER

| S | M | T | W | T | F | S |
|---|---|---|---|---|---|---|
| 1 | 2 | 3 | 4 | 5 | 6 | 7 |
| 8 | 9 | 10 | 11 | 12 | 13 | 14 |
| 15 | 16 | 17 | 18 | 19 | 20 | 21 |
| 22 | 23 | 24 | 25 | 26 | 27 | 28 |
| 29 | 30 | 1 | 2 | 3 | 4 | 5 |

# 21 Saturday

# September

7:00__________
7:30__________
8:00__________
8:30__________
9:00__________
9:30__________
10:00__________
10:30__________
11:00__________
11:30__________
12:00__________
12:30__________
1:00__________
1:30__________
2:00__________
2:30__________
3:00__________
3:30__________
4:00__________
4:30__________
5:00__________
5:30__________
6:00__________
6:30__________
7:00__________
7:30__________

**To do List**

1.__________
2.__________
3.__________
4.__________
5.__________
6.__________
7.__________
8.__________
9.__________
10.__________

**Must do List**

1.__________
2.__________
3.__________
4.__________

**Top Priority List**

1.__________
2.__________
3.__________

**Today's Achievements**

1.__________
2.__________
3.__________
4.__________

**Notes:**

*Keep your promises and be consistent. Be the kind of person others can trust.*

*— Roy T. Bennett*

# September

## Sunday 22

7:00 ______________________________
7:30 ______________________________
8:00 ______________________________
8:30 ______________________________
9:00 ______________________________
9:30 ______________________________
10:00 _____________________________
10:30 _____________________________
11:00 _____________________________
11:30 _____________________________
12:00 _____________________________
12:30 _____________________________
1:00 ______________________________
1:30 ______________________________
2:00 ______________________________
2:30 ______________________________
3:00 ______________________________
3:30 ______________________________
4:00 ______________________________
4:30 ______________________________
5:00 ______________________________
5:30 ______________________________
6:00 ______________________________
6:30 ______________________________
7:00 ______________________________
7:30 ______________________________

**Notes:**

**SEPTEMBER**

| S | M | T | W | T | F | S |
|---|---|---|---|---|---|---|
| 1 | 2 | 3 | 4 | 5 | 6 | 7 |
| 8 | 9 | 10 | 11 | 12 | 13 | 14 |
| 15 | 16 | 17 | 18 | 19 | 20 | 21 |
| 22 | 23 | 24 | 25 | 26 | 27 | 28 |
| 29 | 30 | 1 | 2 | 3 | 4 | 5 |

## 23 Monday

## September

7:00________________
7:30________________
8:00________________
8:30________________
9:00________________
9:30________________
10:00________________
10:30________________
11:00________________
11:30________________
12:00________________
12:30________________
1:00________________
1:30________________
2:00________________
2:30________________
3:00________________
3:30________________
4:00________________
4:30________________
5:00________________
5:30________________
6:00________________
6:30________________
7:00________________
7:30________________

### To do List

1. ________________
2. ________________
3. ________________
4. ________________
5. ________________
6. ________________
7. ________________
8. ________________
9. ________________
10. ________________

### Must do List

1. ________________
2. ________________
3. ________________
4. ________________

### Top Priority List

1. ________________
2. ________________
3. ________________

### Today's Achievements

1. ________________
2. ________________
3. ________________
4. ________________

### Notes:

*Make today the day you are 100% honest with yourself. Then make tomorrow the day you are 100% honest with yourself.*

*- Emma Frost*

# September

## Tuesday 24

7:00______________________________
7:30______________________________
8:00______________________________
8:30______________________________
9:00______________________________
9:30______________________________
10:00_____________________________
10:30_____________________________
11:00_____________________________
11:30_____________________________
12:00_____________________________
12:30_____________________________
1:00______________________________
1:30______________________________
2:00______________________________
2:30______________________________
3:00______________________________
3:30______________________________
4:00______________________________
4:30______________________________
5:00______________________________
5:30______________________________
6:00______________________________
6:30______________________________
7:00______________________________
7:30______________________________

### To do List

1.________________________
2.________________________
3.________________________
4.________________________
5.________________________
6.________________________
7.________________________
8.________________________
9.________________________
10._______________________

### Must do List

1.________________________
2.________________________
3.________________________
4.________________________

### Top Priority List

1.________________________
2.________________________
3.________________________

### Today's Achievements

1.________________________
2.________________________
3.________________________
4.________________________

### Notes:

SEPTEMBER

| S | M | T | W | T | F | S |
|---|---|---|---|---|---|---|
| 1 | 2 | 3 | 4 | 5 | 6 | 7 |
| 8 | 9 | 10 | 11 | 12 | 13 | 14 |
| 15 | 16 | 17 | 18 | 19 | 20 | 21 |
| 22 | 23 | 24 | 25 | 26 | 27 | 28 |
| 29 | 30 | 1 | 2 | 3 | 4 | 5 |

## 25 Wednesday

## September

7:00____________________
7:30____________________
8:00____________________
8:30____________________
9:00____________________
9:30____________________
10:00____________________
10:30____________________
11:00____________________
11:30____________________
12:00____________________
12:30____________________
1:00____________________
1:30____________________
2:00____________________
2:30____________________
3:00____________________
3:30____________________
4:00____________________
4:30____________________
5:00____________________
5:30____________________
6:00____________________
6:30____________________
7:00____________________
7:30____________________

### To do List

1.____________________
2.____________________
3.____________________
4.____________________
5.____________________
6.____________________
7.____________________
8.____________________
9.____________________
10.____________________

### Must do List

1.____________________
2.____________________
3.____________________
4.____________________

### Top Priority List

1.____________________
2.____________________
3.____________________

### Today’s Achievements

1.____________________
2.____________________
3.____________________
4.____________________

### Notes:

*You feel the way you feel because you think the way you think.*

*- Joyce Meyer*

# September

## Thursday 26

7:00____________________
7:30____________________
8:00____________________
8:30____________________
9:00____________________
9:30____________________
10:00____________________
10:30____________________
11:00____________________
11:30____________________
12:00____________________
12:30____________________
1:00____________________
1:30____________________
2:00____________________
2:30____________________
3:00____________________
3:30____________________
4:00____________________
4:30____________________
5:00____________________
5:30____________________
6:00____________________
6:30____________________
7:00____________________
7:30____________________

**To do List**

1.____________________
2.____________________
3.____________________
4.____________________
5.____________________
6.____________________
7.____________________
8.____________________
9.____________________
10.____________________

**Must do List**

1.____________________
2.____________________
3.____________________
4.____________________

**Top Priority List**

1.____________________
2.____________________
3.____________________

**Today's Achievements**

1.____________________
2.____________________
3.____________________
4.____________________

**Notes:**

**SEPTEMBER**

| S | M | T | W | T | F | S |
|---|---|---|---|---|---|---|
| 1 | 2 | 3 | 4 | 5 | 6 | 7 |
| 8 | 9 | 10 | 11 | 12 | 13 | 14 |
| 15 | 16 | 17 | 18 | 19 | 20 | 21 |
| 22 | 23 | 24 | 25 | 26 | 27 | 28 |
| 29 | 30 | 1 | 2 | 3 | 4 | 5 |

## 27 Friday

## September

7:00____________________
7:30____________________
8:00____________________
8:30____________________
9:00____________________
9:30____________________
10:00____________________
10:30____________________
11:00____________________
11:30____________________
12:00____________________
12:30____________________
1:00____________________
1:30____________________
2:00____________________
2:30____________________
3:00____________________
3:30____________________
4:00____________________
4:30____________________
5:00____________________
5:30____________________
6:00____________________
6:30____________________
7:00____________________
7:30____________________

### To do List

1. ____________________
2. ____________________
3. ____________________
4. ____________________
5. ____________________
6. ____________________
7. ____________________
8. ____________________
9. ____________________
10. ____________________

### Must do List

1. ____________________
2. ____________________
3. ____________________
4. ____________________

### Top Priority List

1. ____________________
2. ____________________
3. ____________________

### Today's Achievements

1. ____________________
2. ____________________
3. ____________________
4. ____________________

### Notes:

*Limitations live only in our minds. But if we use our imaginations, our possibilities become limitless.*

*- Jamie Paolinetti*

# September

## Saturday 28

7:00 ____________________
7:30 ____________________
8:00 ____________________
8:30 ____________________
9:00 ____________________
9:30 ____________________
10:00 ____________________
10:30 ____________________
11:00 ____________________
11:30 ____________________
12:00 ____________________
12:30 ____________________
1:00 ____________________
1:30 ____________________
2:00 ____________________
2:30 ____________________
3:00 ____________________
3:30 ____________________
4:00 ____________________
4:30 ____________________
5:00 ____________________
5:30 ____________________
6:00 ____________________
6:30 ____________________
7:00 ____________________
7:30 ____________________

### To do List

1. ____________________
2. ____________________
3. ____________________
4. ____________________
5. ____________________
6. ____________________
7. ____________________
8. ____________________
9. ____________________
10. ____________________

### Must do List

1. ____________________
2. ____________________
3. ____________________
4. ____________________

### Top Priority List

1. ____________________
2. ____________________
3. ____________________

### Today's Achievements

1. ____________________
2. ____________________
3. ____________________
4. ____________________

### Notes:

SEPTEMBER

| S | M | T | W | T | F | S |
|---|---|---|---|---|---|---|
| 1 | 2 | 3 | 4 | 5 | 6 | 7 |
| 8 | 9 | 10 | 11 | 12 | 13 | 14 |
| 15 | 16 | 17 | 18 | 19 | 20 | 21 |
| 22 | 23 | 24 | 25 | 26 | 27 | 28 |
| 29 | 30 | 1 | 2 | 3 | 4 | 5 |

# 29 Sunday

# September

7:00____________________
7:30____________________
8:00____________________
8:30____________________
9:00____________________
9:30____________________
10:00___________________
10:30___________________
11:00___________________
11:30___________________
12:00___________________
12:30___________________
1:00____________________
1:30____________________
2:00____________________
2:30____________________
3:00____________________
3:30____________________
4:00____________________
4:30____________________
5:00____________________
5:30____________________
6:00____________________
6:30____________________
7:00____________________
7:30____________________

**Notes:**

*Success will be within your reach only when you start reaching out for it.*

*— Stephen Richards*

# September

## Monday 30

7:00____________________
7:30____________________
8:00____________________
8:30____________________
9:00____________________
9:30____________________
10:00____________________
10:30____________________
11:00____________________
11:30____________________
12:00____________________
12:30____________________
1:00____________________
1:30____________________
2:00____________________
2:30____________________
3:00____________________
3:30____________________
4:00____________________
4:30____________________
5:00____________________
5:30____________________
6:00____________________
6:30____________________
7:00____________________
7:30____________________

### To do List

1. ____________________
2. ____________________
3. ____________________
4. ____________________
5. ____________________
6. ____________________
7. ____________________
8. ____________________
9. ____________________
10. ____________________

### Must do List

1. ____________________
2. ____________________
3. ____________________
4. ____________________

### Top Priority List

1. ____________________
2. ____________________
3. ____________________

### Today's Achievements

1. ____________________
2. ____________________
3. ____________________
4. ____________________

### Notes:

**OCTOBER**

| S | M | T | W | T | F | S |
|---|---|---|---|---|---|---|
| 29 | 30 | 1 | 2 | 3 | 4 | 5 |
| 6 | 7 | 8 | 9 | 10 | 11 | 12 |
| 13 | 14 | 15 | 16 | 17 | 18 | 19 |
| 20 | 21 | 22 | 23 | 24 | 25 | 26 |
| 27 | 28 | 29 | 30 | 31 | 1 | 2 |

## 1 Tuesday

## October

7:00________________
7:30________________
8:00________________
8:30________________
9:00________________
9:30________________
10:00________________
10:30________________
11:00________________
11:30________________
12:00________________
12:30________________
1:00________________
1:30________________
2:00________________
2:30________________
3:00________________
3:30________________
4:00________________
4:30________________
5:00________________
5:30________________
6:00________________
6:30________________
7:00________________
7:30________________

**To do List**

1. Read Vision Statement
2. ________________
3. ________________
4. ________________
5. ________________
6. ________________
7. ________________
8. ________________
9. ________________
10. ________________

**Must do List**

1. ________________
2. ________________
3. ________________
4. ________________

**Top Priority List**

1. ________________
2. ________________
3. ________________

**Today's Achievements**

1. ________________
2. ________________
3. ________________
4. ________________

**Notes:**

*It is not about who you used to be, it is about who you choose to be.*

*— Sanhita Baruah*

# October

## Wednesday 2

7:00 ____________________
7:30 ____________________
8:00 ____________________
8:30 ____________________
9:00 ____________________
9:30 ____________________
10:00 ____________________
10:30 ____________________
11:00 ____________________
11:30 ____________________
12:00 ____________________
12:30 ____________________
1:00 ____________________
1:30 ____________________
2:00 ____________________
2:30 ____________________
3:00 ____________________
3:30 ____________________
4:00 ____________________
4:30 ____________________
5:00 ____________________
5:30 ____________________
6:00 ____________________
6:30 ____________________
7:00 ____________________
7:30 ____________________

**To do List**

1. ____________________
2. ____________________
3. ____________________
4. ____________________
5. ____________________
6. ____________________
7. ____________________
8. ____________________
9. ____________________
10. ____________________

**Must do List**

1. ____________________
2. ____________________
3. ____________________
4. ____________________

**Top Priority List**

1. ____________________
2. ____________________
3. ____________________

**Today's Achievements**

1. ____________________
2. ____________________
3. ____________________
4. ____________________

**Notes:**

OCTOBER

| S | M | T | W | T | F | S |
|---|---|---|---|---|---|---|
| 29 | 30 | 1 | 2 | 3 | 4 | 5 |
| 6 | 7 | 8 | 9 | 10 | 11 | 12 |
| 13 | 14 | 15 | 16 | 17 | 18 | 19 |
| 20 | 21 | 22 | 23 | 24 | 25 | 26 |
| 27 | 28 | 29 | 30 | 31 | 1 | 2 |

# 3 Thursday

# October

7:00____________________
7:30____________________
8:00____________________
8:30____________________
9:00____________________
9:30____________________
10:00___________________
10:30___________________
11:00___________________
11:30___________________
12:00___________________
12:30___________________
1:00____________________
1:30____________________
2:00____________________
2:30____________________
3:00____________________
3:30____________________
4:00____________________
4:30____________________
5:00____________________
5:30____________________
6:00____________________
6:30____________________
7:00____________________
7:30____________________

**Notes:**

**To do List**

1.____________________
2.____________________
3.____________________
4.____________________
5.____________________
6.____________________
7.____________________
8.____________________
9.____________________
10.___________________

**Must do List**

1.____________________
2.____________________
3.____________________
4.____________________

**Top Priority List**

1.____________________
2.____________________
3.____________________

**Today's Achievements**

1.____________________
2.____________________
3.____________________
4.____________________

*Nourishing yourself in a way that helps you blossom in the direction you want to go is attainable, and you are worth the effort.*

*— Deborah Day*

# October

Friday **4**

7:00__________
7:30__________
8:00__________
8:30__________
9:00__________
9:30__________
10:00__________
10:30__________
11:00__________
11:30__________
12:00__________
12:30__________
1:00__________
1:30__________
2:00__________
2:30__________
3:00__________
3:30__________
4:00__________
4:30__________
5:00__________
5:30__________
6:00__________
6:30__________
7:00__________
7:30__________

**To do List**

1.__________
2.__________
3.__________
4.__________
5.__________
6.__________
7.__________
8.__________
9.__________
10.__________

**Must do List**

1.__________
2.__________
3.__________
4.__________

**Top Priority List**

1.__________
2.__________
3.__________

**Today's Achievements**

1.__________
2.__________
3.__________
4.__________

**Notes:**

**OCTOBER**

| S | M | T | W | T | F | S |
|---|---|---|---|---|---|---|
| 29 | 30 | 1 | 2 | 3 | 4 | 5 |
| 6 | 7 | 8 | 9 | 10 | 11 | 12 |
| 13 | 14 | 15 | 16 | 17 | 18 | 19 |
| 20 | 21 | 22 | 23 | 24 | 25 | 26 |
| 27 | 28 | 29 | 30 | 31 | 1 | 2 |

# 5 Saturday

# October

7:00____________________
7:30____________________
8:00____________________
8:30____________________
9:00____________________
9:30____________________
10:00____________________
10:30____________________
11:00____________________
11:30____________________
12:00____________________
12:30____________________
1:00____________________
1:30____________________
2:00____________________
2:30____________________
3:00____________________
3:30____________________
4:00____________________
4:30____________________
5:00____________________
5:30____________________
6:00____________________
6:30____________________
7:00____________________
7:30____________________

**To do List**

1.____________________
2.____________________
3.____________________
4.____________________
5.____________________
6.____________________
7.____________________
8.____________________
9.____________________
10.____________________

**Must do List**

1.____________________
2.____________________
3.____________________
4.____________________

**Top Priority List**

1.____________________
2.____________________
3.____________________

**Today's Achievements**

1.____________________
2.____________________
3.____________________
4.____________________

**Notes:**

*Everything is within your power,*
*and your power is within you.*

*— Janice Trachtman*

# October

## Sunday 6

7:00______________________________

7:30______________________________

8:00______________________________

8:30______________________________

9:00______________________________

9:30______________________________

10:00_____________________________

10:30_____________________________

11:00_____________________________

11:30_____________________________

12:00_____________________________

12:30_____________________________

1:00______________________________

1:30______________________________

2:00______________________________

2:30______________________________

3:00______________________________

3:30______________________________

4:00______________________________

4:30______________________________

5:00______________________________

5:30______________________________

6:00______________________________

6:30______________________________

7:00______________________________

7:30______________________________

**Notes:**

**OCTOBER**

| S | M | T | W | T | F | S |
|---|---|---|---|---|---|---|
| 29 | 30 | 1 | 2 | 3 | 4 | 5 |
| 6 | 7 | 8 | 9 | 10 | 11 | 12 |
| 13 | 14 | 15 | 16 | 17 | 18 | 19 |
| 20 | 21 | 22 | 23 | 24 | 25 | 26 |
| 27 | 28 | 29 | 30 | 31 | 1 | 2 |

## 7 Monday

## October

7:00____________________
7:30____________________
8:00____________________
8:30____________________
9:00____________________
9:30____________________
10:00____________________
10:30____________________
11:00____________________
11:30____________________
12:00____________________
12:30____________________
1:00____________________
1:30____________________
2:00____________________
2:30____________________
3:00____________________
3:30____________________
4:00____________________
4:30____________________
5:00____________________
5:30____________________
6:00____________________
6:30____________________
7:00____________________
7:30____________________

**To do List**

1.____________________
2.____________________
3.____________________
4.____________________
5.____________________
6.____________________
7.____________________
8.____________________
9.____________________
10.____________________

**Must do List**

1.____________________
2.____________________
3.____________________
4.____________________

**Top Priority List**

1.____________________
2.____________________
3.____________________

**Today's Achievements**

1.____________________
2.____________________
3.____________________
4.____________________

**Notes:**

*If everything can be explained by science, what is there left to believe in?*

*- ST:VOY S3E7*

# October

Tuesday 8

7:00__________
7:30__________
8:00__________
8:30__________
9:00__________
9:30__________
10:00__________
10:30__________
11:00__________
11:30__________
12:00__________
12:30__________
1:00__________
1:30__________
2:00__________
2:30__________
3:00__________
3:30__________
4:00__________
4:30__________
5:00__________
5:30__________
6:00__________
6:30__________
7:00__________
7:30__________

**To do List**

1.__________
2.__________
3.__________
4.__________
5.__________
6.__________
7.__________
8.__________
9.__________
10.__________

**Must do List**

1.__________
2.__________
3.__________
4.__________

**Top Priority List**

1.__________
2.__________
3.__________

**Today's Achievements**

1.__________
2.__________
3.__________
4.__________

**Notes:**

**OCTOBER**

| S | M | T | W | T | F | S |
|---|---|---|---|---|---|---|
| 29 | 30 | 1 | 2 | 3 | 4 | 5 |
| 6 | 7 | 8 | 9 | 10 | 11 | 12 |
| 13 | 14 | 15 | 16 | 17 | 18 | 19 |
| 20 | 21 | 22 | 23 | 24 | 25 | 26 |
| 27 | 28 | 29 | 30 | 31 | 1 | 2 |

# 9 Wednesday

# October

7:00____________________
7:30____________________
8:00____________________
8:30____________________
9:00____________________
9:30____________________
10:00____________________
10:30____________________
11:00____________________
11:30____________________
12:00____________________
12:30____________________
1:00____________________
1:30____________________
2:00____________________
2:30____________________
3:00____________________
3:30____________________
4:00____________________
4:30____________________
5:00____________________
5:30____________________
6:00____________________
6:30____________________
7:00____________________
7:30____________________

**To do List**

1.____________________
2.____________________
3.____________________
4.____________________
5.____________________
6.____________________
7.____________________
8.____________________
9.____________________
10.____________________

**Must do List**

1.____________________
2.____________________
3.____________________
4.____________________

**Top Priority List**

1.____________________
2.____________________
3.____________________

**Today's Achievements**

1.____________________
2.____________________
3.____________________
4.____________________

**Notes:**

*Become the sky. Take an axe to the prison wall. Escape!*

*- Rumi*

# October

## Thursday 10

7:00____________________
7:30____________________
8:00____________________
8:30____________________
9:00____________________
9:30____________________
10:00____________________
10:30____________________
11:00____________________
11:30____________________
12:00____________________
12:30____________________
1:00____________________
1:30____________________
2:00____________________
2:30____________________
3:00____________________
3:30____________________
4:00____________________
4:30____________________
5:00____________________
5:30____________________
6:00____________________
6:30____________________
7:00____________________
7:30____________________

**To do List**

1.____________________
2.____________________
3.____________________
4.____________________
5.____________________
6.____________________
7.____________________
8.____________________
9.____________________
10.____________________

**Must do List**

1.____________________
2.____________________
3.____________________
4.____________________

**Top Priority List**

1.____________________
2.____________________
3.____________________

**Today's Achievements**

1.____________________
2.____________________
3.____________________
4.____________________

**Notes:**

**OCTOBER**

| S | M | T | W | T | F | S |
|---|---|---|---|---|---|---|
| 29 | 30 | 1 | 2 | 3 | 4 | 5 |
| 6 | 7 | 8 | 9 | 10 | 11 | 12 |
| 13 | 14 | 15 | 16 | 17 | 18 | 19 |
| 20 | 21 | 22 | 23 | 24 | 25 | 26 |
| 27 | 28 | 29 | 30 | 31 | 1 | 2 |

## 11 Friday

## October

7:00______________________
7:30______________________
8:00______________________
8:30______________________
9:00______________________
9:30______________________
10:00_____________________
10:30_____________________
11:00_____________________
11:30_____________________
12:00_____________________
12:30_____________________
1:00______________________
1:30______________________
2:00______________________
2:30______________________
3:00______________________
3:30______________________
4:00______________________
4:30______________________
5:00______________________
5:30______________________
6:00______________________
6:30______________________
7:00______________________
7:30______________________

**To do List**

1.____________________
2.____________________
3.____________________
4.____________________
5.____________________
6.____________________
7.____________________
8.____________________
9.____________________
10.___________________

**Must do List**

1.____________________
2.____________________
3.____________________
4.____________________

**Top Priority List**

1.____________________
2.____________________
3.____________________

**Today's Achievements**

1.____________________
2.____________________
3.____________________
4.____________________

**Notes:**

*Don't give up...the finish line is closer than you think it is!*

*- Joyce Meyer*

# October

Saturday **12**

7:00____________________
7:30____________________
8:00____________________
8:30____________________
9:00____________________
9:30____________________
10:00____________________
10:30____________________
11:00____________________
11:30____________________
12:00____________________
12:30____________________
1:00____________________
1:30____________________
2:00____________________
2:30____________________
3:00____________________
3:30____________________
4:00____________________
4:30____________________
5:00____________________
5:30____________________
6:00____________________
6:30____________________
7:00____________________
7:30____________________

**To do List**

1.____________________
2.____________________
3.____________________
4.____________________
5.____________________
6.____________________
7.____________________
8.____________________
9.____________________
10.____________________

**Must do List**

1.____________________
2.____________________
3.____________________
4.____________________

**Top Priority List**

1.____________________
2.____________________
3.____________________

**Today's Achievements**

1.____________________
2.____________________
3.____________________
4.____________________

**Notes:**

**OCTOBER**

| S | M | T | W | T | F | S |
|---|---|---|---|---|---|---|
| 29 | 30 | 1 | 2 | 3 | 4 | 5 |
| 6 | 7 | 8 | 9 | 10 | 11 | 12 |
| 13 | 14 | 15 | 16 | 17 | 18 | 19 |
| 20 | 21 | 22 | 23 | 24 | 25 | 26 |
| 27 | 28 | 29 | 30 | 31 | 1 | 2 |

# 13 Sunday

# October

7:00______________________________

7:30______________________________

8:00______________________________

8:30______________________________

9:00______________________________

9:30______________________________

10:00_____________________________

10:30_____________________________

11:00_____________________________

11:30_____________________________

12:00_____________________________

12:30_____________________________

1:00______________________________

1:30______________________________

2:00______________________________

2:30______________________________

3:00______________________________

3:30______________________________

4:00______________________________

4:30______________________________

5:00______________________________

5:30______________________________

6:00______________________________

6:30______________________________

7:00______________________________

7:30______________________________

**Notes:**

*Let your life lightly dance on the edges of*
*Time like dew on the tip of a leaf.*

*— Rabindranath Tagore*

# October

## Monday 14

7:00________________
7:30________________
8:00________________
8:30________________
9:00________________
9:30________________
10:00________________
10:30________________
11:00________________
11:30________________
12:00________________
12:30________________
1:00________________
1:30________________
2:00________________
2:30________________
3:00________________
3:30________________
4:00________________
4:30________________
5:00________________
5:30________________
6:00________________
6:30________________
7:00________________
7:30________________

### To do List

1. ________________
2. ________________
3. ________________
4. ________________
5. ________________
6. ________________
7. ________________
8. ________________
9. ________________
10. ________________

### Must do List

1. ________________
2. ________________
3. ________________
4. ________________

### Top Priority List

1. ________________
2. ________________
3. ________________

### Today's Achievements

1. ________________
2. ________________
3. ________________
4. ________________

### Notes:

**OCTOBER**

| S | M | T | W | T | F | S |
|---|---|---|---|---|---|---|
| 29 | 30 | 1 | 2 | 3 | 4 | 5 |
| 6 | 7 | 8 | 9 | 10 | 11 | 12 |
| 13 | 14 | 15 | 16 | 17 | 18 | 19 |
| 20 | 21 | 22 | 23 | 24 | 25 | 26 |
| 27 | 28 | 29 | 30 | 31 | 1 | 2 |

**15** **Tuesday** **October**

7:00____________________
7:30____________________
8:00____________________
8:30____________________
9:00____________________
9:30____________________
10:00____________________
10:30____________________
11:00____________________
11:30____________________
12:00____________________
12:30____________________
1:00____________________
1:30____________________
2:00____________________
2:30____________________
3:00____________________
3:30____________________
4:00____________________
4:30____________________
5:00____________________
5:30____________________
6:00____________________
6:30____________________
7:00____________________
7:30____________________

**To do List**

1.____________________
2.____________________
3.____________________
4.____________________
5.____________________
6.____________________
7.____________________
8.____________________
9.____________________
10.____________________

**Must do List**

1.____________________
2.____________________
3.____________________
4.____________________

**Top Priority List**

1.____________________
2.____________________
3.____________________

**Today's Achievements**

1.____________________
2.____________________
3.____________________
4.____________________

**Notes:**

*Don't blow off another's candle for it won't make yours shine brighter.*

*– Jaachynma N.E. Agu*

# October

## Wednesday 16

7:00 ______________________
7:30 ______________________
8:00 ______________________
8:30 ______________________
9:00 ______________________
9:30 ______________________
10:00 ______________________
10:30 ______________________
11:00 ______________________
11:30 ______________________
12:00 ______________________
12:30 ______________________
1:00 ______________________
1:30 ______________________
2:00 ______________________
2:30 ______________________
3:00 ______________________
3:30 ______________________
4:00 ______________________
4:30 ______________________
5:00 ______________________
5:30 ______________________
6:00 ______________________
6:30 ______________________
7:00 ______________________
7:30 ______________________

**To do List**

1. ______________________
2. ______________________
3. ______________________
4. ______________________
5. ______________________
6. ______________________
7. ______________________
8. ______________________
9. ______________________
10. ______________________

**Must do List**

1. ______________________
2. ______________________
3. ______________________
4. ______________________

**Top Priority List**

1. ______________________
2. ______________________
3. ______________________

**Today's Achievements**

1. ______________________
2. ______________________
3. ______________________
4. ______________________

**Notes:**

**OCTOBER**

| S | M | T | W | T | F | S |
|---|---|---|---|---|---|---|
| 29 | 30 | 1 | 2 | 3 | 4 | 5 |
| 6 | 7 | 8 | 9 | 10 | 11 | 12 |
| 13 | 14 | 15 | 16 | 17 | 18 | 19 |
| 20 | 21 | 22 | 23 | 24 | 25 | 26 |
| 27 | 28 | 29 | 30 | 31 | 1 | 2 |

# 17 Thursday

# October

7:00__________
7:30__________
8:00__________
8:30__________
9:00__________
9:30__________
10:00__________
10:30__________
11:00__________
11:30__________
12:00__________
12:30__________
1:00__________
1:30__________
2:00__________
2:30__________
3:00__________
3:30__________
4:00__________
4:30__________
5:00__________
5:30__________
6:00__________
6:30__________
7:00__________
7:30__________

**To do List**

1. __________
2. __________
3. __________
4. __________
5. __________
6. __________
7. __________
8. __________
9. __________
10. __________

**Must do List**

1. __________
2. __________
3. __________
4. __________

**Top Priority List**

1. __________
2. __________
3. __________

**Today's Achievements**

1. __________
2. __________
3. __________
4. __________

**Notes:**

*Don't waste your time with explanations: people only hear what they want to hear.*

*— Paulo Coelho*

# October

## Friday 18

7:00____________________
7:30____________________
8:00____________________
8:30____________________
9:00____________________
9:30____________________
10:00____________________
10:30____________________
11:00____________________
11:30____________________
12:00____________________
12:30____________________
1:00____________________
1:30____________________
2:00____________________
2:30____________________
3:00____________________
3:30____________________
4:00____________________
4:30____________________
5:00____________________
5:30____________________
6:00____________________
6:30____________________
7:00____________________
7:30____________________

### To do List

1. ____________________
2. ____________________
3. ____________________
4. ____________________
5. ____________________
6. ____________________
7. ____________________
8. ____________________
9. ____________________
10. ____________________

### Must do List

1. ____________________
2. ____________________
3. ____________________
4. ____________________

### Top Priority List

1. ____________________
2. ____________________
3. ____________________

### Today's Achievements

1. ____________________
2. ____________________
3. ____________________
4. ____________________

### Notes:

OCTOBER

| S | M | T | W | T | F | S |
|---|---|---|---|---|---|---|
| 29 | 30 | 1 | 2 | 3 | 4 | 5 |
| 6 | 7 | 8 | 9 | 10 | 11 | 12 |
| 13 | 14 | 15 | 16 | 17 | 18 | 19 |
| 20 | 21 | 22 | 23 | 24 | 25 | 26 |
| 27 | 28 | 29 | 30 | 31 | 1 | 2 |

## 19 Saturday

## October

7:00____________________
7:30____________________
8:00____________________
8:30____________________
9:00____________________
9:30____________________
10:00____________________
10:30____________________
11:00____________________
11:30____________________
12:00____________________
12:30____________________
1:00____________________
1:30____________________
2:00____________________
2:30____________________
3:00____________________
3:30____________________
4:00____________________
4:30____________________
5:00____________________
5:30____________________
6:00____________________
6:30____________________
7:00____________________
7:30____________________

**To do List**

1.____________________
2.____________________
3.____________________
4.____________________
5.____________________
6.____________________
7.____________________
8.____________________
9.____________________
10.____________________

**Must do List**

1.____________________
2.____________________
3.____________________
4.____________________

**Top Priority List**

1.____________________
2.____________________
3.____________________

**Today's Achievements**

1.____________________
2.____________________
3.____________________
4.____________________

**Notes:**

*At all times, Dare to be!*

*– Steve Maraboli*

# October

## Sunday 20

7:00____________________________
7:30____________________________
8:00____________________________
8:30____________________________
9:00____________________________
9:30____________________________
10:00___________________________
10:30___________________________
11:00___________________________
11:30___________________________
12:00___________________________
12:30___________________________
1:00____________________________
1:30____________________________
2:00____________________________
2:30____________________________
3:00____________________________
3:30____________________________
4:00____________________________
4:30____________________________
5:00____________________________
5:30____________________________
6:00____________________________
6:30____________________________
7:00____________________________
7:30____________________________

**Notes:**

**OCTOBER**

| S | M | T | W | T | F | S |
|---|---|---|---|---|---|---|
| 29 | 30 | 1 | 2 | 3 | 4 | 5 |
| 6 | 7 | 8 | 9 | 10 | 11 | 12 |
| 13 | 14 | 15 | 16 | 17 | 18 | 19 |
| 20 | 21 | 22 | 23 | 24 | 25 | 26 |
| 27 | 28 | 29 | 30 | 31 | 1 | 2 |

# 21 Monday

# October

7:00____________________
7:30____________________
8:00____________________
8:30____________________
9:00____________________
9:30____________________
10:00____________________
10:30____________________
11:00____________________
11:30____________________
12:00____________________
12:30____________________
1:00____________________
1:30____________________
2:00____________________
2:30____________________
3:00____________________
3:30____________________
4:00____________________
4:30____________________
5:00____________________
5:30____________________
6:00____________________
6:30____________________
7:00____________________
7:30____________________

**To do List**

1.____________________
2.____________________
3.____________________
4.____________________
5.____________________
6.____________________
7.____________________
8.____________________
9.____________________
10.____________________

**Must do List**

1.____________________
2.____________________
3.____________________
4.____________________

**Top Priority List**

1.____________________
2.____________________
3.____________________

**Today's Achievements**

1.____________________
2.____________________
3.____________________
4.____________________

**Notes:**

*Find someone to say something nice about, to their face. It will change your day.*

*- Emma Frost*

# October

## Tuesday 22

7:00____________________
7:30____________________
8:00____________________
8:30____________________
9:00____________________
9:30____________________
10:00____________________
10:30____________________
11:00____________________
11:30____________________
12:00____________________
12:30____________________
1:00____________________
1:30____________________
2:00____________________
2:30____________________
3:00____________________
3:30____________________
4:00____________________
4:30____________________
5:00____________________
5:30____________________
6:00____________________
6:30____________________
7:00____________________
7:30____________________

**To do List**

1. ____________________
2. ____________________
3. ____________________
4. ____________________
5. ____________________
6. ____________________
7. ____________________
8. ____________________
9. ____________________
10. ____________________

**Must do List**

1. ____________________
2. ____________________
3. ____________________
4. ____________________

**Top Priority List**

1. ____________________
2. ____________________
3. ____________________

**Today's Achievements**

1. ____________________
2. ____________________
3. ____________________
4. ____________________

**Notes:**

OCTOBER

| S | M | T | W | T | F | S |
|---|---|---|---|---|---|---|
| 29 | 30 | 1 | 2 | 3 | 4 | 5 |
| 6 | 7 | 8 | 9 | 10 | 11 | 12 |
| 13 | 14 | 15 | 16 | 17 | 18 | 19 |
| 20 | 21 | 22 | 23 | 24 | 25 | 26 |
| 27 | 28 | 29 | 30 | 31 | 1 | 2 |

# 23 Wednesday

# October

7:00____________________
7:30____________________
8:00____________________
8:30____________________
9:00____________________
9:30____________________
10:00____________________
10:30____________________
11:00____________________
11:30____________________
12:00____________________
12:30____________________
1:00____________________
1:30____________________
2:00____________________
2:30____________________
3:00____________________
3:30____________________
4:00____________________
4:30____________________
5:00____________________
5:30____________________
6:00____________________
6:30____________________
7:00____________________
7:30____________________

## To do List

1.____________________
2.____________________
3.____________________
4.____________________
5.____________________
6.____________________
7.____________________
8.____________________
9.____________________
10.____________________

## Must do List

1.____________________
2.____________________
3.____________________
4.____________________

## Top Priority List

1.____________________
2.____________________
3.____________________

## Today's Achievements

1.____________________
2.____________________
3.____________________
4.____________________

## Notes:

*If you cannot do great things,*
*do small things in a great way*

*– Martin Luther King Jr.*

# October

7:00__________
7:30__________
8:00__________
8:30__________
9:00__________
9:30__________
10:00__________
10:30__________
11:00__________
11:30__________
12:00__________
12:30__________
1:00__________
1:30__________
2:00__________
2:30__________
3:00__________
3:30__________
4:00__________
4:30__________
5:00__________
5:30__________
6:00__________
6:30__________
7:00__________
7:30__________

# Thursday 24

## To do List

1. __________
2. __________
3. __________
4. __________
5. __________
6. __________
7. __________
8. __________
9. __________
10. __________

## Must do List

1. __________
2. __________
3. __________
4. __________

## Top Priority List

1. __________
2. __________
3. __________

## Today's Achievements

1. __________
2. __________
3. __________
4. __________

## Notes:

OCTOBER

| S | M | T | W | T | F | S |
|---|---|---|---|---|---|---|
| 29 | 30 | 1 | 2 | 3 | 4 | 5 |
| 6 | 7 | 8 | 9 | 10 | 11 | 12 |
| 13 | 14 | 15 | 16 | 17 | 18 | 19 |
| 20 | 21 | 22 | 23 | 24 | 25 | 26 |
| 27 | 28 | 29 | 30 | 31 | 1 | 2 |

## 25 Friday

## October

7:00______________________________
7:30______________________________
8:00______________________________
8:30______________________________
9:00______________________________
9:30______________________________
10:00_____________________________
10:30_____________________________
11:00_____________________________
11:30_____________________________
12:00_____________________________
12:30_____________________________
1:00______________________________
1:30______________________________
2:00______________________________
2:30______________________________
3:00______________________________
3:30______________________________
4:00______________________________
4:30______________________________
5:00______________________________
5:30______________________________
6:00______________________________
6:30______________________________
7:00______________________________
7:30______________________________

### To do List

1.____________________________
2.____________________________
3.____________________________
4.____________________________
5.____________________________
6.____________________________
7.____________________________
8.____________________________
9.____________________________
10.___________________________

### Must do List

1.____________________________
2.____________________________
3.____________________________
4.____________________________

### Top Priority List

1.____________________________
2.____________________________
3.____________________________

### Today's Achievements

1.____________________________
2.____________________________
3.____________________________
4.____________________________

### Notes:

*Everything you've ever wanted is on the other side of fear.*

*- George Addair*

# October

## Saturday 26

7:00__________
7:30__________
8:00__________
8:30__________
9:00__________
9:30__________
10:00__________
10:30__________
11:00__________
11:30__________
12:00__________
12:30__________
1:00__________
1:30__________
2:00__________
2:30__________
3:00__________
3:30__________
4:00__________
4:30__________
5:00__________
5:30__________
6:00__________
6:30__________
7:00__________
7:30__________

**To do List**

1. __________
2. __________
3. __________
4. __________
5. __________
6. __________
7. __________
8. __________
9. __________
10. __________

**Must do List**

1. __________
2. __________
3. __________
4. __________

**Top Priority List**

1. __________
2. __________
3. __________

**Today's Achievements**

1. __________
2. __________
3. __________
4. __________

**Notes:**

OCTOBER

| S | M | T | W | T | F | S |
|---|---|---|---|---|---|---|
| 29 | 30 | 1 | 2 | 3 | 4 | 5 |
| 6 | 7 | 8 | 9 | 10 | 11 | 12 |
| 13 | 14 | 15 | 16 | 17 | 18 | 19 |
| 20 | 21 | 22 | 23 | 24 | 25 | 26 |
| 27 | 28 | 29 | 30 | 31 | 1 | 2 |

## 27 Sunday

## October

7:00__________________________

7:30__________________________

8:00__________________________

8:30__________________________

9:00__________________________

9:30__________________________

10:00_________________________

10:30_________________________

11:00_________________________

11:30_________________________

12:00_________________________

12:30_________________________

1:00__________________________

1:30__________________________

2:00__________________________

2:30__________________________

3:00__________________________

3:30__________________________

4:00__________________________

4:30__________________________

5:00__________________________

5:30__________________________

6:00__________________________

6:30__________________________

7:00__________________________

7:30__________________________

**Notes:**

*You are allowed to be you.*

*- Emma Frost*

# October

## Monday 28

7:00__________
7:30__________
8:00__________
8:30__________
9:00__________
9:30__________
10:00__________
10:30__________
11:00__________
11:30__________
12:00__________
12:30__________
1:00__________
1:30__________
2:00__________
2:30__________
3:00__________
3:30__________
4:00__________
4:30__________
5:00__________
5:30__________
6:00__________
6:30__________
7:00__________
7:30__________

**To do List**

1.__________
2.__________
3.__________
4.__________
5.__________
6.__________
7.__________
8.__________
9.__________
10.__________

**Must do List**

1.__________
2.__________
3.__________
4.__________

**Top Priority List**

1.__________
2.__________
3.__________

**Today's Achievements**

1.__________
2.__________
3.__________
4.__________

**Notes:**

**OCTOBER**

| S | M | T | W | T | F | S |
|---|---|---|---|---|---|---|
| 29 | 30 | 1 | 2 | 3 | 4 | 5 |
| 6 | 7 | 8 | 9 | 10 | 11 | 12 |
| 13 | 14 | 15 | 16 | 17 | 18 | 19 |
| 20 | 21 | 22 | 23 | 24 | 25 | 26 |
| 27 | 28 | 29 | 30 | 31 | 1 | 2 |

# 29 Tuesday

# October

7:00____________________
7:30____________________
8:00____________________
8:30____________________
9:00____________________
9:30____________________
10:00____________________
10:30____________________
11:00____________________
11:30____________________
12:00____________________
12:30____________________
1:00____________________
1:30____________________
2:00____________________
2:30____________________
3:00____________________
3:30____________________
4:00____________________
4:30____________________
5:00____________________
5:30____________________
6:00____________________
6:30____________________
7:00____________________
7:30____________________

**To do List**

1.____________________
2.____________________
3.____________________
4.____________________
5.____________________
6.____________________
7.____________________
8.____________________
9.____________________
10.____________________

**Must do List**

1.____________________
2.____________________
3.____________________
4.____________________

**Top Priority List**

1.____________________
2.____________________
3.____________________

**Today's Achievements**

1.____________________
2.____________________
3.____________________
4.____________________

**Notes:**

*Opportunity always knocks at the least opportune moment.*

*– Ducharme's Precept*

# October

# Wednesday 30

7:00__________
7:30__________
8:00__________
8:30__________
9:00__________
9:30__________
10:00__________
10:30__________
11:00__________
11:30__________
12:00__________
12:30__________
1:00__________
1:30__________
2:00__________
2:30__________
3:00__________
3:30__________
4:00__________
4:30__________
5:00__________
5:30__________
6:00__________
6:30__________
7:00__________
7:30__________

**To do List**

1. __________
2. __________
3. __________
4. __________
5. __________
6. __________
7. __________
8. __________
9. __________
10. __________

**Must do List**

1. __________
2. __________
3. __________
4. __________

**Top Priority List**

1. __________
2. __________
3. __________

**Today's Achievements**

1. __________
2. __________
3. __________
4. __________

**Notes:**

**OCTOBER**

| S | M | T | W | T | F | S |
|---|---|---|---|---|---|---|
| 29 | 30 | 1 | 2 | 3 | 4 | 5 |
| 6 | 7 | 8 | 9 | 10 | 11 | 12 |
| 13 | 14 | 15 | 16 | 17 | 18 | 19 |
| 20 | 21 | 22 | 23 | 24 | 25 | 26 |
| 27 | 28 | 29 | 30 | 31 | 1 | 2 |

## 31 Thursday

## October

7:00____________________
7:30____________________
8:00____________________
8:30____________________
9:00____________________
9:30____________________
10:00____________________
10:30____________________
11:00____________________
11:30____________________
12:00____________________
12:30____________________
1:00____________________
1:30____________________
2:00____________________
2:30____________________
3:00____________________
3:30____________________
4:00____________________
4:30____________________
5:00____________________
5:30____________________
6:00____________________
6:30____________________
7:00____________________
7:30____________________

**To do List**

1.____________________
2.____________________
3.____________________
4.____________________
5.____________________
6.____________________
7.____________________
8.____________________
9.____________________
10.____________________

**Must do List**

1.____________________
2.____________________
3.____________________
4.____________________

**Top Priority List**

1.____________________
2.____________________
3.____________________

**Today's Achievements**

1.____________________
2.____________________
3.____________________
4.____________________

**Notes:**

*Use your imagination to change your world.*

*- Emma Frost*

# November

Friday 1

7:00__________
7:30__________
8:00__________
8:30__________
9:00__________
9:30__________
10:00__________
10:30__________
11:00__________
11:30__________
12:00__________
12:30__________
1:00__________
1:30__________
2:00__________
2:30__________
3:00__________
3:30__________
4:00__________
4:30__________
5:00__________
5:30__________
6:00__________
6:30__________
7:00__________
7:30__________

## To do List

1.__________
2.__________
3.__________
4.__________
5.__________
6.__________
7.__________
8.__________
9.__________
10.__________

## Must do List

1.__________
2.__________
3.__________
4.__________

## Top Priority List

1.__________
2.__________
3.__________

## Today's Achievements

1.__________
2.__________
3.__________
4.__________

## Notes:

NOVEMBER

| S | M | T | W | T | F | S |
|---|---|---|---|---|---|---|
| 27 | 28 | 29 | 30 | 31 | 1 | 2 |
| 3 | 4 | 5 | 6 | 7 | 8 | 9 |
| 10 | 11 | 12 | 13 | 14 | 15 | 16 |
| 17 | 18 | 19 | 20 | 21 | 22 | 23 |
| 24 | 25 | 26 | 27 | 28 | 29 | 30 |

# 2 Saturday

# November

7:00____________________
7:30____________________
8:00____________________
8:30____________________
9:00____________________
9:30____________________
10:00___________________
10:30___________________
11:00___________________
11:30___________________
12:00___________________
12:30___________________
1:00____________________
1:30____________________
2:00____________________
2:30____________________
3:00____________________
3:30____________________
4:00____________________
4:30____________________
5:00____________________
5:30____________________
6:00____________________
6:30____________________
7:00____________________
7:30____________________

**To do List**

1.____________________
2.____________________
3.____________________
4.____________________
5.____________________
6.____________________
7.____________________
8.____________________
9.____________________
10.___________________

**Must do List**

1.____________________
2.____________________
3.____________________
4.____________________

**Top Priority List**

1.____________________
2.____________________
3.____________________

**Today's Achievements**

1.____________________
2.____________________
3.____________________
4.____________________

**Notes:**

*Certain things catch your eye, but pursue only those that capture the heart.*

*- Ancient Indian Proverb*

## November

## Sunday 3

7:00____________________
7:30____________________
8:00____________________
8:30____________________
9:00____________________
9:30____________________
10:00____________________
10:30____________________
11:00____________________
11:30____________________
12:00____________________
12:30____________________
1:00____________________
1:30____________________
2:00____________________
2:30____________________
3:00____________________
3:30____________________
4:00____________________
4:30____________________
5:00____________________
5:30____________________
6:00____________________
6:30____________________
7:00____________________
7:30____________________

**Notes:**

**NOVEMBER**

| S | M | T | W | T | F | S |
|---|---|---|---|---|---|---|
| 27 | 28 | 29 | 30 | 31 | 1 | 2 |
| 3 | 4 | 5 | 6 | 7 | 8 | 9 |
| 10 | 11 | 12 | 13 | 14 | 15 | 16 |
| 17 | 18 | 19 | 20 | 21 | 22 | 23 |
| 24 | 25 | 26 | 27 | 28 | 29 | 30 |

## 4 Monday

## November

7:00__________
7:30__________
8:00__________
8:30__________
9:00__________
9:30__________
10:00__________
10:30__________
11:00__________
11:30__________
12:00__________
12:30__________
1:00__________
1:30__________
2:00__________
2:30__________
3:00__________
3:30__________
4:00__________
4:30__________
5:00__________
5:30__________
6:00__________
6:30__________
7:00__________
7:30__________

**To do List**

1. __________
2. __________
3. __________
4. __________
5. __________
6. __________
7. __________
8. __________
9. __________
10. __________

**Must do List**

1. __________
2. __________
3. __________
4. __________

**Top Priority List**

1. __________
2. __________
3. __________

**Today's Achievements**

1. __________
2. __________
3. __________
4. __________

**Notes:**

*The happiest people don't necessarily have the best of everything; they just make the best of what that comes their way.*

*- Unknown*

# November

## Tuesday 5

7:00____________________
7:30____________________
8:00____________________
8:30____________________
9:00____________________
9:30____________________
10:00____________________
10:30____________________
11:00____________________
11:30____________________
12:00____________________
12:30____________________
1:00____________________
1:30____________________
2:00____________________
2:30____________________
3:00____________________
3:30____________________
4:00____________________
4:30____________________
5:00____________________
5:30____________________
6:00____________________
6:30____________________
7:00____________________
7:30____________________

### To do List

1.____________________
2.____________________
3.____________________
4.____________________
5.____________________
6.____________________
7.____________________
8.____________________
9.____________________
10.____________________

### Must do List

1.____________________
2.____________________
3.____________________
4.____________________

### Top Priority List

1.____________________
2.____________________
3.____________________

### Today's Achievements

1.____________________
2.____________________
3.____________________
4.____________________

### Notes:

NOVEMBER

| S | M | T | W | T | F | S |
|---|---|---|---|---|---|---|
| 27 | 28 | 29 | 30 | 31 | 1 | 2 |
| 3 | 4 | 5 | 6 | 7 | 8 | 9 |
| 10 | 11 | 12 | 13 | 14 | 15 | 16 |
| 17 | 18 | 19 | 20 | 21 | 22 | 23 |
| 24 | 25 | 26 | 27 | 28 | 29 | 30 |

# 6 Wednesday

# November

7:00________________________
7:30________________________
8:00________________________
8:30________________________
9:00________________________
9:30________________________
10:00_______________________
10:30_______________________
11:00_______________________
11:30_______________________
12:00_______________________
12:30_______________________
1:00________________________
1:30________________________
2:00________________________
2:30________________________
3:00________________________
3:30________________________
4:00________________________
4:30________________________
5:00________________________
5:30________________________
6:00________________________
6:30________________________
7:00________________________
7:30________________________

**To do List**

1.____________________
2.____________________
3.____________________
4.____________________
5.____________________
6.____________________
7.____________________
8.____________________
9.____________________
10.___________________

**Must do List**

1.____________________
2.____________________
3.____________________
4.____________________

**Top Priority List**

1.____________________
2.____________________
3.____________________

**Today's Achievements**

1.____________________
2.____________________
3.____________________
4.____________________

**Notes:**

*Challenges are what make life interesting and overcoming them is what makes life meaningful.*

*- Joshua J. Marine*

# November

## Thursday 7

7:00____________________
7:30____________________
8:00____________________
8:30____________________
9:00____________________
9:30____________________
10:00____________________
10:30____________________
11:00____________________
11:30____________________
12:00____________________
12:30____________________
1:00____________________
1:30____________________
2:00____________________
2:30____________________
3:00____________________
3:30____________________
4:00____________________
4:30____________________
5:00____________________
5:30____________________
6:00____________________
6:30____________________
7:00____________________
7:30____________________

### To do List

1.____________________
2.____________________
3.____________________
4.____________________
5.____________________
6.____________________
7.____________________
8.____________________
9.____________________
10.____________________

### Must do List

1.____________________
2.____________________
3.____________________
4.____________________

### Top Priority List

1.____________________
2.____________________
3.____________________

### Today's Achievements

1.____________________
2.____________________
3.____________________
4.____________________

### Notes:

NOVEMBER

| S | M | T | W | T | F | S |
|---|---|---|---|---|---|---|
| 27 | 28 | 29 | 30 | 31 | 1 | 2 |
| 3 | 4 | 5 | 6 | 7 | 8 | 9 |
| 10 | 11 | 12 | 13 | 14 | 15 | 16 |
| 17 | 18 | 19 | 20 | 21 | 22 | 23 |
| 24 | 25 | 26 | 27 | 28 | 29 | 30 |

# 8 Friday

# November

7:00____________________
7:30____________________
8:00____________________
8:30____________________
9:00____________________
9:30____________________
10:00____________________
10:30____________________
11:00____________________
11:30____________________
12:00____________________
12:30____________________
1:00____________________
1:30____________________
2:00____________________
2:30____________________
3:00____________________
3:30____________________
4:00____________________
4:30____________________
5:00____________________
5:30____________________
6:00____________________
6:30____________________
7:00____________________
7:30____________________

## To do List

1.____________________
2.____________________
3.____________________
4.____________________
5.____________________
6.____________________
7.____________________
8.____________________
9.____________________
10.____________________

## Must do List

1.____________________
2.____________________
3.____________________
4.____________________

## Top Priority List

1.____________________
2.____________________
3.____________________

## Today's Achievements

1.____________________
2.____________________
3.____________________
4.____________________

## Notes:

*Success is a choice you make, added to a risk you take, attached to a wish to be better.*

*- Emma Frost*

# November

## Saturday 9

7:00__________
7:30__________
8:00__________
8:30__________
9:00__________
9:30__________
10:00__________
10:30__________
11:00__________
11:30__________
12:00__________
12:30__________
1:00__________
1:30__________
2:00__________
2:30__________
3:00__________
3:30__________
4:00__________
4:30__________
5:00__________
5:30__________
6:00__________
6:30__________
7:00__________
7:30__________

### To do List

1.__________
2.__________
3.__________
4.__________
5.__________
6.__________
7.__________
8.__________
9.__________
10.__________

### Must do List

1.__________
2.__________
3.__________
4.__________

### Top Priority List

1.__________
2.__________
3.__________

### Today's Achievements

1.__________
2.__________
3.__________
4.__________

### Notes:

**NOVEMBER**

| S | M | T | W | T | F | S |
|---|---|---|---|---|---|---|
| 27 | 28 | 29 | 30 | 31 | 1 | 2 |
| 3 | 4 | 5 | 6 | 7 | 8 | 9 |
| 10 | 11 | 12 | 13 | 14 | 15 | 16 |
| 17 | 18 | 19 | 20 | 21 | 22 | 23 |
| 24 | 25 | 26 | 27 | 28 | 29 | 30 |

## 10 Sunday

## November

7:00____________________
7:30____________________
8:00____________________
8:30____________________
9:00____________________
9:30____________________
10:00____________________
10:30____________________
11:00____________________
11:30____________________
12:00____________________
12:30____________________
1:00____________________
1:30____________________
2:00____________________
2:30____________________
3:00____________________
3:30____________________
4:00____________________
4:30____________________
5:00____________________
5:30____________________
6:00____________________
6:30____________________
7:00____________________
7:30____________________

**Notes:**

*Being happy doesn't mean you're perfect. It just means you've decided to look beyond the imperfections.*

*- K.B. Indiana*

# November

## Monday 11

7:00 ____
7:30 ____
8:00 ____
8:30 ____
9:00 ____
9:30 ____
10:00 ____
10:30 ____
11:00 ____
11:30 ____
12:00 ____
12:30 ____
1:00 ____
1:30 ____
2:00 ____
2:30 ____
3:00 ____
3:30 ____
4:00 ____
4:30 ____
5:00 ____
5:30 ____
6:00 ____
6:30 ____
7:00 ____
7:30 ____

**To do List**

1. ____
2. ____
3. ____
4. ____
5. ____
6. ____
7. ____
8. ____
9. ____
10. ____

**Must do List**

1. ____
2. ____
3. ____
4. ____

**Top Priority List**

1. ____
2. ____
3. ____

**Today's Achievements**

1. ____
2. ____
3. ____
4. ____

**Notes:**

**NOVEMBER**

| S | M | T | W | T | F | S |
|---|---|---|---|---|---|---|
| 27 | 28 | 29 | 30 | 31 | 1 | 2 |
| 3 | 4 | 5 | 6 | 7 | 8 | 9 |
| 10 | 11 | 12 | 13 | 14 | 15 | 16 |
| 17 | 18 | 19 | 20 | 21 | 22 | 23 |
| 24 | 25 | 26 | 27 | 28 | 29 | 30 |

# 12 Tuesday

# November

7:00____________________
7:30____________________
8:00____________________
8:30____________________
9:00____________________
9:30____________________
10:00____________________
10:30____________________
11:00____________________
11:30____________________
12:00____________________
12:30____________________
1:00____________________
1:30____________________
2:00____________________
2:30____________________
3:00____________________
3:30____________________
4:00____________________
4:30____________________
5:00____________________
5:30____________________
6:00____________________
6:30____________________
7:00____________________
7:30____________________

**Notes:**

**To do List**

1. ____________________
2. ____________________
3. ____________________
4. ____________________
5. ____________________
6. ____________________
7. ____________________
8. ____________________
9. ____________________
10. ____________________

**Must do List**

1. ____________________
2. ____________________
3. ____________________
4. ____________________

**Top Priority List**

1. ____________________
2. ____________________
3. ____________________

**Today's Achievements**

1. ____________________
2. ____________________
3. ____________________
4. ____________________

*Keep your head high, keep your chin up, and most importantly, keep smiling, because life's a beautiful thing and there's so much to smile about.*

*- Marilyn Monroe*

# November

## Wednesday 13

7:00____________________
7:30____________________
8:00____________________
8:30____________________
9:00____________________
9:30____________________
10:00____________________
10:30____________________
11:00____________________
11:30____________________
12:00____________________
12:30____________________
1:00____________________
1:30____________________
2:00____________________
2:30____________________
3:00____________________
3:30____________________
4:00____________________
4:30____________________
5:00____________________
5:30____________________
6:00____________________
6:30____________________
7:00____________________
7:30____________________

### To do List

1.____________________
2.____________________
3.____________________
4.____________________
5.____________________
6.____________________
7.____________________
8.____________________
9.____________________
10.____________________

### Must do List

1.____________________
2.____________________
3.____________________
4.____________________

### Top Priority List

1.____________________
2.____________________
3.____________________

### Today's Achievements

1.____________________
2.____________________
3.____________________
4.____________________

### Notes:

**NOVEMBER**

| S | M | T | W | T | F | S |
|---|---|---|---|---|---|---|
| 27 | 28 | 29 | 30 | 31 | 1 | 2 |
| 3 | 4 | 5 | 6 | 7 | 8 | 9 |
| 10 | 11 | 12 | 13 | 14 | 15 | 16 |
| 17 | 18 | 19 | 20 | 21 | 22 | 23 |
| 24 | 25 | 26 | 27 | 28 | 29 | 30 |

## 14 Thursday

# November

7:00____________________
7:30____________________
8:00____________________
8:30____________________
9:00____________________
9:30____________________
10:00___________________
10:30___________________
11:00___________________
11:30___________________
12:00___________________
12:30___________________
1:00____________________
1:30____________________
2:00____________________
2:30____________________
3:00____________________
3:30____________________
4:00____________________
4:30____________________
5:00____________________
5:30____________________
6:00____________________
6:30____________________
7:00____________________
7:30____________________

**To do List**

1.____________________
2.____________________
3.____________________
4.____________________
5.____________________
6.____________________
7.____________________
8.____________________
9.____________________
10.___________________

**Must do List**

1.____________________
2.____________________
3.____________________
4.____________________

**Top Priority List**

1.____________________
2.____________________
3.____________________

**Today's Achievements**

1.____________________
2.____________________
3.____________________
4.____________________

**Notes:**

*What you're supposed to do when you don't like a thing is change it. If you can't change it, change the way you think about it.*

*- Maya Angelou*

# November

Friday **15**

7:00________________
7:30________________
8:00________________
8:30________________
9:00________________
9:30________________
10:00________________
10:30________________
11:00________________
11:30________________
12:00________________
12:30________________
1:00________________
1:30________________
2:00________________
2:30________________
3:00________________
3:30________________
4:00________________
4:30________________
5:00________________
5:30________________
6:00________________
6:30________________
7:00________________
7:30________________

**To do List**

1.________________
2.________________
3.________________
4.________________
5.________________
6.________________
7.________________
8.________________
9.________________
10.________________

**Must do List**

1.________________
2.________________
3.________________
4.________________

**Top Priority List**

1.________________
2.________________
3.________________

**Today's Achievements**

1.________________
2.________________
3.________________
4.________________

**Notes:**

**NOVEMBER**

| S | M | T | W | T | F | S |
|---|---|---|---|---|---|---|
| 27 | 28 | 29 | 30 | 31 | 1 | 2 |
| 3 | 4 | 5 | 6 | 7 | 8 | 9 |
| 10 | 11 | 12 | 13 | 14 | 15 | 16 |
| 17 | 18 | 19 | 20 | 21 | 22 | 23 |
| 24 | 25 | 26 | 27 | 28 | 29 | 30 |

## 16 Saturday

## November

7:00______
7:30______
8:00______
8:30______
9:00______
9:30______
10:00______
10:30______
11:00______
11:30______
12:00______
12:30______
1:00______
1:30______
2:00______
2:30______
3:00______
3:30______
4:00______
4:30______
5:00______
5:30______
6:00______
6:30______
7:00______
7:30______

**To do List**

1.______
2.______
3.______
4.______
5.______
6.______
7.______
8.______
9.______
10.______

**Must do List**

1.______
2.______
3.______
4.______

**Top Priority List**

1.______
2.______
3.______

**Today's Achievements**

1.______
2.______
3.______
4.______

**Notes:**

*Do would you do if you knew you could not fail*

*– Emma Frost*

# November

Sunday **17**

7:00____________________
7:30____________________
8:00____________________
8:30____________________
9:00____________________
9:30____________________
10:00___________________
10:30___________________
11:00___________________
11:30___________________
12:00___________________
12:30___________________
1:00____________________
1:30____________________
2:00____________________
2:30____________________
3:00____________________
3:30____________________
4:00____________________
4:30____________________
5:00____________________
5:30____________________
6:00____________________
6:30____________________
7:00____________________
7:30____________________

**Notes:**

**NOVEMBER**

| S | M | T | W | T | F | S |
|---|---|---|---|---|---|---|
| 27 | 28 | 29 | 30 | 31 | 1 | 2 |
| 3 | 4 | 5 | 6 | 7 | 8 | 9 |
| 10 | 11 | 12 | 13 | 14 | 15 | 16 |
| 17 | 18 | 19 | 20 | 21 | 22 | 23 |
| 24 | 25 | 26 | 27 | 28 | 29 | 30 |

**18** **Monday** **November**

7:00____________________
7:30____________________
8:00____________________
8:30____________________
9:00____________________
9:30____________________
10:00____________________
10:30____________________
11:00____________________
11:30____________________
12:00____________________
12:30____________________
1:00____________________
1:30____________________
2:00____________________
2:30____________________
3:00____________________
3:30____________________
4:00____________________
4:30____________________
5:00____________________
5:30____________________
6:00____________________
6:30____________________
7:00____________________
7:30____________________

**To do List**

1. ____________________
2. ____________________
3. ____________________
4. ____________________
5. ____________________
6. ____________________
7. ____________________
8. ____________________
9. ____________________
10. ____________________

**Must do List**

1. ____________________
2. ____________________
3. ____________________
4. ____________________

**Top Priority List**

1. ____________________
2. ____________________
3. ____________________

**Today's Achievements**

1. ____________________
2. ____________________
3. ____________________
4. ____________________

**Notes:**

*There are two ways of exerting one's strength: one is pushing down, the other is pulling up.*

*– Booker T. Washington*

# November

## Tuesday 19

7:00____________________
7:30____________________
8:00____________________
8:30____________________
9:00____________________
9:30____________________
10:00____________________
10:30____________________
11:00____________________
11:30____________________
12:00____________________
12:30____________________
1:00____________________
1:30____________________
2:00____________________
2:30____________________
3:00____________________
3:30____________________
4:00____________________
4:30____________________
5:00____________________
5:30____________________
6:00____________________
6:30____________________
7:00____________________
7:30____________________

**To do List**

1.____________________
2.____________________
3.____________________
4.____________________
5.____________________
6.____________________
7.____________________
8.____________________
9.____________________
10.____________________

**Must do List**

1.____________________
2.____________________
3.____________________
4.____________________

**Top Priority List**

1.____________________
2.____________________
3.____________________

**Today's Achievements**

1.____________________
2.____________________
3.____________________
4.____________________

**Notes:**

**NOVEMBER**

| S | M | T | W | T | F | S |
|---|---|---|---|---|---|---|
| 27 | 28 | 29 | 30 | 31 | 1 | 2 |
| 3 | 4 | 5 | 6 | 7 | 8 | 9 |
| 10 | 11 | 12 | 13 | 14 | 15 | 16 |
| 17 | 18 | 19 | 20 | 21 | 22 | 23 |
| 24 | 25 | 26 | 27 | 28 | 29 | 30 |

## 20 Wednesday

## November

7:00____________________
7:30____________________
8:00____________________
8:30____________________
9:00____________________
9:30____________________
10:00____________________
10:30____________________
11:00____________________
11:30____________________
12:00____________________
12:30____________________
1:00____________________
1:30____________________
2:00____________________
2:30____________________
3:00____________________
3:30____________________
4:00____________________
4:30____________________
5:00____________________
5:30____________________
6:00____________________
6:30____________________
7:00____________________
7:30____________________

### To do List

1.____________________
2.____________________
3.____________________
4.____________________
5.____________________
6.____________________
7.____________________
8.____________________
9.____________________
10.____________________

### Must do List

1.____________________
2.____________________
3.____________________
4.____________________

### Top Priority List

1.____________________
2.____________________
3.____________________

### Today's Achievements

1.____________________
2.____________________
3.____________________
4.____________________

### Notes:

*The things you do for yourself are gone when you are gone, but the things you do for others remain as your legacy.*

*- Kalu Ndukwe Kalu*

## November

## Thursday 21

7:00____________________
7:30____________________
8:00____________________
8:30____________________
9:00____________________
9:30____________________
10:00____________________
10:30____________________
11:00____________________
11:30____________________
12:00____________________
12:30____________________
1:00____________________
1:30____________________
2:00____________________
2:30____________________
3:00____________________
3:30____________________
4:00____________________
4:30____________________
5:00____________________
5:30____________________
6:00____________________
6:30____________________
7:00____________________
7:30____________________

### To do List

1. ____________________
2. ____________________
3. ____________________
4. ____________________
5. ____________________
6. ____________________
7. ____________________
8. ____________________
9. ____________________
10. ____________________

### Must do List

1. ____________________
2. ____________________
3. ____________________
4. ____________________

### Top Priority List

1. ____________________
2. ____________________
3. ____________________

### Today's Achievements

1. ____________________
2. ____________________
3. ____________________
4. ____________________

### Notes:

NOVEMBER

| S | M | T | W | T | F | S |
|---|---|---|---|---|---|---|
| 27 | 28 | 29 | 30 | 31 | 1 | 2 |
| 3 | 4 | 5 | 6 | 7 | 8 | 9 |
| 10 | 11 | 12 | 13 | 14 | 15 | 16 |
| 17 | 18 | 19 | 20 | 21 | 22 | 23 |
| 24 | 25 | 26 | 27 | 28 | 29 | 30 |

## 22 Friday

## November

7:00__________
7:30__________
8:00__________
8:30__________
9:00__________
9:30__________
10:00__________
10:30__________
11:00__________
11:30__________
12:00__________
12:30__________
1:00__________
1:30__________
2:00__________
2:30__________
3:00__________
3:30__________
4:00__________
4:30__________
5:00__________
5:30__________
6:00__________
6:30__________
7:00__________
7:30__________

**To do List**

1. __________
2. __________
3. __________
4. __________
5. __________
6. __________
7. __________
8. __________
9. __________
10. __________

**Must do List**

1. __________
2. __________
3. __________
4. __________

**Top Priority List**

1. __________
2. __________
3. __________

**Today's Achievements**

1. __________
2. __________
3. __________
4. __________

**Notes:**

*You should do what you want to do, not what you think others want you to do.*

*- Emma Frost*

## November

## Saturday 23

7:00__________
7:30__________
8:00__________
8:30__________
9:00__________
9:30__________
10:00__________
10:30__________
11:00__________
11:30__________
12:00__________
12:30__________
1:00__________
1:30__________
2:00__________
2:30__________
3:00__________
3:30__________
4:00__________
4:30__________
5:00__________
5:30__________
6:00__________
6:30__________
7:00__________
7:30__________

### To do List

1. __________
2. __________
3. __________
4. __________
5. __________
6. __________
7. __________
8. __________
9. __________
10. __________

### Must do List

1. __________
2. __________
3. __________
4. __________

### Top Priority List

1. __________
2. __________
3. __________

### Today's Achievements

1. __________
2. __________
3. __________
4. __________

### Notes:

**NOVEMBER**

| S | M | T | W | T | F | S |
|---|---|---|---|---|---|---|
| 27 | 28 | 29 | 30 | 31 | 1 | 2 |
| 3 | 4 | 5 | 6 | 7 | 8 | 9 |
| 10 | 11 | 12 | 13 | 14 | 15 | 16 |
| 17 | 18 | 19 | 20 | 21 | 22 | 23 |
| 24 | 25 | 26 | 27 | 28 | 29 | 30 |

## 24 Sunday

## November

7:00______________________________
7:30______________________________
8:00______________________________
8:30______________________________
9:00______________________________
9:30______________________________
10:00_____________________________
10:30_____________________________
11:00_____________________________
11:30_____________________________
12:00_____________________________
12:30_____________________________
1:00______________________________
1:30______________________________
2:00______________________________
2:30______________________________
3:00______________________________
3:30______________________________
4:00______________________________
4:30______________________________
5:00______________________________
5:30______________________________
6:00______________________________
6:30______________________________
7:00______________________________
7:30______________________________

**Notes:**

*Even if you are on the right track, you'll get run over if you just sit there.*

*- Will Rogers*

# November

## Monday 25

7:00__________
7:30__________
8:00__________
8:30__________
9:00__________
9:30__________
10:00__________
10:30__________
11:00__________
11:30__________
12:00__________
12:30__________
1:00__________
1:30__________
2:00__________
2:30__________
3:00__________
3:30__________
4:00__________
4:30__________
5:00__________
5:30__________
6:00__________
6:30__________
7:00__________
7:30__________

**To do List**

1. __________
2. __________
3. __________
4. __________
5. __________
6. __________
7. __________
8. __________
9. __________
10. __________

**Must do List**

1. __________
2. __________
3. __________
4. __________

**Top Priority List**

1. __________
2. __________
3. __________

**Today's Achievements**

1. __________
2. __________
3. __________
4. __________

**Notes:**

**NOVEMBER**

| S | M | T | W | T | F | S |
|---|---|---|---|---|---|---|
| 27 | 28 | 29 | 30 | 31 | 1 | 2 |
| 3 | 4 | 5 | 6 | 7 | 8 | 9 |
| 10 | 11 | 12 | 13 | 14 | 15 | 16 |
| 17 | 18 | 19 | 20 | 21 | 22 | 23 |
| 24 | 25 | 26 | 27 | 28 | 29 | 30 |

## 26 Tuesday

## November

7:00______________________
7:30______________________
8:00______________________
8:30______________________
9:00______________________
9:30______________________
10:00______________________
10:30______________________
11:00______________________
11:30______________________
12:00______________________
12:30______________________
1:00______________________
1:30______________________
2:00______________________
2:30______________________
3:00______________________
3:30______________________
4:00______________________
4:30______________________
5:00______________________
5:30______________________
6:00______________________
6:30______________________
7:00______________________
7:30______________________

**To do List**

1.____________________
2.____________________
3.____________________
4.____________________
5.____________________
6.____________________
7.____________________
8.____________________
9.____________________
10.____________________

**Must do List**

1.____________________
2.____________________
3.____________________
4.____________________

**Top Priority List**

1.____________________
2.____________________
3.____________________

**Today's Achievements**

1.____________________
2.____________________
3.____________________
4.____________________

**Notes:**

*The worst part of success is trying to find someone who is happy for you.*

*- Bette Midler*

# November

## Wednesday 27

7:00____________________
7:30____________________
8:00____________________
8:30____________________
9:00____________________
9:30____________________
10:00____________________
10:30____________________
11:00____________________
11:30____________________
12:00____________________
12:30____________________
1:00____________________
1:30____________________
2:00____________________
2:30____________________
3:00____________________
3:30____________________
4:00____________________
4:30____________________
5:00____________________
5:30____________________
6:00____________________
6:30____________________
7:00____________________
7:30____________________

### To do List

1. ____________________
2. ____________________
3. ____________________
4. ____________________
5. ____________________
6. ____________________
7. ____________________
8. ____________________
9. ____________________
10. ____________________

### Must do List

1. ____________________
2. ____________________
3. ____________________
4. ____________________

### Top Priority List

1. ____________________
2. ____________________
3. ____________________

### Today's Achievements

1. ____________________
2. ____________________
3. ____________________
4. ____________________

### Notes:

**NOVEMBER**

| S | M | T | W | T | F | S |
|---|---|---|---|---|---|---|
| 27 | 28 | 29 | 30 | 31 | 1 | 2 |
| 3 | 4 | 5 | 6 | 7 | 8 | 9 |
| 10 | 11 | 12 | 13 | 14 | 15 | 16 |
| 17 | 18 | 19 | 20 | 21 | 22 | 23 |
| 24 | 25 | 26 | 27 | 28 | 29 | 30 |

## 28 Thursday

# November

7:00

7:30

8:00

8:30

9:00

9:30

10:00

10:30

11:00

11:30

12:00

12:30

1:00

1:30

2:00

2:30

3:00

3:30

4:00

4:30

5:00

5:30

6:00

6:30

7:00

7:30

**To do List**

1.
2.
3.
4.
5.
6.
7.
8.
9.
10.

**Must do List**

1.
2.
3.
4.

**Top Priority List**

1.
2.
3.

**Today's Achievements**

1.
2.
3.
4.

**Notes:**

*If you think you are too small to make a difference, try sleeping with a mosquito.*

*- Dalai Lama XIV*

# November

## Friday 29

7:00____________________
7:30____________________
8:00____________________
8:30____________________
9:00____________________
9:30____________________
10:00____________________
10:30____________________
11:00____________________
11:30____________________
12:00____________________
12:30____________________
1:00____________________
1:30____________________
2:00____________________
2:30____________________
3:00____________________
3:30____________________
4:00____________________
4:30____________________
5:00____________________
5:30____________________
6:00____________________
6:30____________________
7:00____________________
7:30____________________

### To do List

1. ____________________
2. ____________________
3. ____________________
4. ____________________
5. ____________________
6. ____________________
7. ____________________
8. ____________________
9. ____________________
10. ____________________

### Must do List

1. ____________________
2. ____________________
3. ____________________
4. ____________________

### Top Priority List

1. ____________________
2. ____________________
3. ____________________

### Today's Achievements

1. ____________________
2. ____________________
3. ____________________
4. ____________________

### Notes:

**NOVEMBER**

| S | M | T | W | T | F | S |
|---|---|---|---|---|---|---|
| 27 | 28 | 29 | 30 | 31 | 1 | 2 |
| 3 | 4 | 5 | 6 | 7 | 8 | 9 |
| 10 | 11 | 12 | 13 | 14 | 15 | 16 |
| 17 | 18 | 19 | 20 | 21 | 22 | 23 |
| 24 | 25 | 26 | 27 | 28 | 29 | 30 |

# 30 Saturday

# November

7:00____________________
7:30____________________
8:00____________________
8:30____________________
9:00____________________
9:30____________________
10:00___________________
10:30___________________
11:00___________________
11:30___________________
12:00___________________
12:30___________________
1:00____________________
1:30____________________
2:00____________________
2:30____________________
3:00____________________
3:30____________________
4:00____________________
4:30____________________
5:00____________________
5:30____________________
6:00____________________
6:30____________________
7:00____________________
7:30____________________

**To do List**

1.____________________
2.____________________
3.____________________
4.____________________
5.____________________
6.____________________
7.____________________
8.____________________
9.____________________
10.___________________

**Must do List**

1.____________________
2.____________________
3.____________________
4.____________________

**Top Priority List**

1.____________________
2.____________________
3.____________________

**Today's Achievements**

1.____________________
2.____________________
3.____________________
4.____________________

**Notes:**

*Nothing ever happens like you imagine it will*

*- John Green*

# December

**Sunday 1**

7:00______________________________
7:30______________________________
8:00______________________________
8:30______________________________
9:00______________________________
9:30______________________________
10:00_____________________________
10:30_____________________________
11:00_____________________________
11:30_____________________________
12:00_____________________________
12:30_____________________________
1:00______________________________
1:30______________________________
2:00______________________________
2:30______________________________
3:00______________________________
3:30______________________________
4:00______________________________
4:30______________________________
5:00______________________________
5:30______________________________
6:00______________________________
6:30______________________________
7:00______________________________
7:30______________________________

**Notes:**

**DECEMBER**

| S | M | T | W | T | F | S |
|---|---|---|---|---|---|---|
| 1 | 2 | 3 | 4 | 5 | 6 | 7 |
| 8 | 9 | 10 | 11 | 12 | 13 | 14 |
| 15 | 16 | 17 | 18 | 19 | 20 | 21 |
| 22 | 23 | 24 | 25 | 26 | 27 | 28 |
| 29 | 30 | 31 | 1 | 2 | 3 | 4 |

# 2 Monday

# December

7:00__________
7:30__________
8:00__________
8:30__________
9:00__________
9:30__________
10:00__________
10:30__________
11:00__________
11:30__________
12:00__________
12:30__________
1:00__________
1:30__________
2:00__________
2:30__________
3:00__________
3:30__________
4:00__________
4:30__________
5:00__________
5:30__________
6:00__________
6:30__________
7:00__________
7:30__________

**Notes:**

**To do List**

1. __________
2. __________
3. __________
4. __________
5. __________
6. __________
7. __________
8. __________
9. __________
10. __________

**Must do List**

1. __________
2. __________
3. __________
4. __________

**Top Priority List**

1. __________
2. __________
3. __________

**Today's Achievements**

1. __________
2. __________
3. __________
4. __________

*Change will not come if we wait for another person, or if we wait for another time. We are the ones we've been waiting for. We are the change that we seek.*

*- Barack Obama*

# December

## Tuesday 3

7:00____________________
7:30____________________
8:00____________________
8:30____________________
9:00____________________
9:30____________________
10:00___________________
10:30___________________
11:00___________________
11:30___________________
12:00___________________
12:30___________________
1:00____________________
1:30____________________
2:00____________________
2:30____________________
3:00____________________
3:30____________________
4:00____________________
4:30____________________
5:00____________________
5:30____________________
6:00____________________
6:30____________________
7:00____________________
7:30____________________

**To do List**

1.____________________
2.____________________
3.____________________
4.____________________
5.____________________
6.____________________
7.____________________
8.____________________
9.____________________
10.___________________

**Must do List**

1.____________________
2.____________________
3.____________________
4.____________________

**Top Priority List**

1.____________________
2.____________________
3.____________________

**Today's Achievements**

1.____________________
2.____________________
3.____________________
4.____________________

**Notes:**

**DECEMBER**

| S | M | T | W | T | F | S |
|---|---|---|---|---|---|---|
| 1 | 2 | 3 | 4 | 5 | 6 | 7 |
| 8 | 9 | 10 | 11 | 12 | 13 | 14 |
| 15 | 16 | 17 | 18 | 19 | 20 | 21 |
| 22 | 23 | 24 | 25 | 26 | 27 | 28 |
| 29 | 30 | 31 | 1 | 2 | 3 | 4 |

# 4 Wednesday

# December

7:00____________________
7:30____________________
8:00____________________
8:30____________________
9:00____________________
9:30____________________
10:00___________________
10:30___________________
11:00___________________
11:30___________________
12:00___________________
12:30___________________
1:00____________________
1:30____________________
2:00____________________
2:30____________________
3:00____________________
3:30____________________
4:00____________________
4:30____________________
5:00____________________
5:30____________________
6:00____________________
6:30____________________
7:00____________________
7:30____________________

**To do List**

1.____________________
2.____________________
3.____________________
4.____________________
5.____________________
6.____________________
7.____________________
8.____________________
9.____________________
10.___________________

**Must do List**

1.____________________
2.____________________
3.____________________
4.____________________

**Top Priority List**

1.____________________
2.____________________
3.____________________

**Today's Achievements**

1.____________________
2.____________________
3.____________________
4.____________________

**Notes:**

*Lack of direction, not lack of time, is the problem. We all have twenty-four hour days.*

*- Zig Ziglar*

# December

# Thursday 5

7:00________________
7:30________________
8:00________________
8:30________________
9:00________________
9:30________________
10:00________________
10:30________________
11:00________________
11:30________________
12:00________________
12:30________________
1:00________________
1:30________________
2:00________________
2:30________________
3:00________________
3:30________________
4:00________________
4:30________________
5:00________________
5:30________________
6:00________________
6:30________________
7:00________________
7:30________________

## To do List

1. ________________
2. ________________
3. ________________
4. ________________
5. ________________
6. ________________
7. ________________
8. ________________
9. ________________
10. ________________

## Must do List

1. ________________
2. ________________
3. ________________
4. ________________

## Top Priority List

1. ________________
2. ________________
3. ________________

## Today's Achievements

1. ________________
2. ________________
3. ________________
4. ________________

## Notes:

DECEMBER

| S | M | T | W | T | F | S |
|---|---|---|---|---|---|---|
| 1 | 2 | 3 | 4 | 5 | 6 | 7 |
| 8 | 9 | 10 | 11 | 12 | 13 | 14 |
| 15 | 16 | 17 | 18 | 19 | 20 | 21 |
| 22 | 23 | 24 | 25 | 26 | 27 | 28 |
| 29 | 30 | 31 | 1 | 2 | 3 | 4 |

# 6 Friday

# December

7:00
7:30
8:00
8:30
9:00
9:30
10:00
10:30
11:00
11:30
12:00
12:30
1:00
1:30
2:00
2:30
3:00
3:30
4:00
4:30
5:00
5:30
6:00
6:30
7:00
7:30

**To do List**

1.
2.
3.
4.
5.
6.
7.
8.
9.
10.

**Must do List**

1.
2.
3.
4.

**Top Priority List**

1.
2.
3.

**Today's Achievements**

1.
2.
3.
4.

**Notes:**

*The starting point of all achievement is desire. Keep this constantly in mind.*

*- Napoleon Hill*

# December

## Saturday 7

7:00__________
7:30__________
8:00__________
8:30__________
9:00__________
9:30__________
10:00__________
10:30__________
11:00__________
11:30__________
12:00__________
12:30__________
1:00__________
1:30__________
2:00__________
2:30__________
3:00__________
3:30__________
4:00__________
4:30__________
5:00__________
5:30__________
6:00__________
6:30__________
7:00__________
7:30__________

**To do List**

1. __________
2. __________
3. __________
4. __________
5. __________
6. __________
7. __________
8. __________
9. __________
10. __________

**Must do List**

1. __________
2. __________
3. __________
4. __________

**Top Priority List**

1. __________
2. __________
3. __________

**Today's Achievements**

1. __________
2. __________
3. __________
4. __________

**Notes:**

DECEMBER

| S | M | T | W | T | F | S |
|---|---|---|---|---|---|---|
| 1 | 2 | 3 | 4 | 5 | 6 | 7 |
| 8 | 9 | 10 | 11 | 12 | 13 | 14 |
| 15 | 16 | 17 | 18 | 19 | 20 | 21 |
| 22 | 23 | 24 | 25 | 26 | 27 | 28 |
| 29 | 30 | 31 | 1 | 2 | 3 | 4 |

## 8 Sunday

## December

7:00________________________

7:30________________________

8:00________________________

8:30________________________

9:00________________________

9:30________________________

10:00_______________________

10:30_______________________

11:00_______________________

11:30_______________________

12:00_______________________

12:30_______________________

1:00________________________

1:30________________________

2:00________________________

2:30________________________

3:00________________________

3:30________________________

4:00________________________

4:30________________________

5:00________________________

5:30________________________

6:00________________________

6:30________________________

7:00________________________

7:30________________________

**Notes:**

*Aim high in case you fall short.*

*- Suzanne Collins*

# December

## Monday 9

7:00____________________
7:30____________________
8:00____________________
8:30____________________
9:00____________________
9:30____________________
10:00____________________
10:30____________________
11:00____________________
11:30____________________
12:00____________________
12:30____________________
1:00____________________
1:30____________________
2:00____________________
2:30____________________
3:00____________________
3:30____________________
4:00____________________
4:30____________________
5:00____________________
5:30____________________
6:00____________________
6:30____________________
7:00____________________
7:30____________________

### To do List

1.____________________
2.____________________
3.____________________
4.____________________
5.____________________
6.____________________
7.____________________
8.____________________
9.____________________
10.____________________

### Must do List

1.____________________
2.____________________
3.____________________
4.____________________

### Top Priority List

1.____________________
2.____________________
3.____________________

### Today's Achievements

1.____________________
2.____________________
3.____________________
4.____________________

### Notes:

DECEMBER

| S | M | T | W | T | F | S |
|---|---|---|---|---|---|---|
| 1 | 2 | 3 | 4 | 5 | 6 | 7 |
| 8 | 9 | 10 | 11 | 12 | 13 | 14 |
| 15 | 16 | 17 | 18 | 19 | 20 | 21 |
| 22 | 23 | 24 | 25 | 26 | 27 | 28 |
| 29 | 30 | 31 | 1 | 2 | 3 | 4 |

# 10 Tuesday

# December

7:00____________________
7:30____________________
8:00____________________
8:30____________________
9:00____________________
9:30____________________
10:00____________________
10:30____________________
11:00____________________
11:30____________________
12:00____________________
12:30____________________
1:00____________________
1:30____________________
2:00____________________
2:30____________________
3:00____________________
3:30____________________
4:00____________________
4:30____________________
5:00____________________
5:30____________________
6:00____________________
6:30____________________
7:00____________________
7:30____________________

**Notes:**

**To do List**

1.____________________
2.____________________
3.____________________
4.____________________
5.____________________
6.____________________
7.____________________
8.____________________
9.____________________
10.____________________

**Must do List**

1.____________________
2.____________________
3.____________________
4.____________________

**Top Priority List**

1.____________________
2.____________________
3.____________________

**Today's Achievements**

1.____________________
2.____________________
3.____________________
4.____________________

*No one is in control of your happiness but you; therefore, you have the power to change anything about yourself or your life that you want to change.*

*- Barbara de Angelis*

# December

## Wednesday 11

7:00______________________
7:30______________________
8:00______________________
8:30______________________
9:00______________________
9:30______________________
10:00_____________________
10:30_____________________
11:00_____________________
11:30_____________________
12:00_____________________
12:30_____________________
1:00______________________
1:30______________________
2:00______________________
2:30______________________
3:00______________________
3:30______________________
4:00______________________
4:30______________________
5:00______________________
5:30______________________
6:00______________________
6:30______________________
7:00______________________
7:30______________________

**To do List**

1. ____________________
2. ____________________
3. ____________________
4. ____________________
5. ____________________
6. ____________________
7. ____________________
8. ____________________
9. ____________________
10. ____________________

**Must do List**

1. ____________________
2. ____________________
3. ____________________
4. ____________________

**Top Priority List**

1. ____________________
2. ____________________
3. ____________________

**Today's Achievements**

1. ____________________
2. ____________________
3. ____________________
4. ____________________

**Notes:**

DECEMBER

| S | M | T | W | T | F | S |
|---|---|---|---|---|---|---|
| 1 | 2 | 3 | 4 | 5 | 6 | 7 |
| 8 | 9 | 10 | 11 | 12 | 13 | 14 |
| 15 | 16 | 17 | 18 | 19 | 20 | 21 |
| 22 | 23 | 24 | 25 | 26 | 27 | 28 |
| 29 | 30 | 31 | 1 | 2 | 3 | 4 |

# 12 Thursday December

7:00____________________
7:30____________________
8:00____________________
8:30____________________
9:00____________________
9:30____________________
10:00____________________
10:30____________________
11:00____________________
11:30____________________
12:00____________________
12:30____________________
1:00____________________
1:30____________________
2:00____________________
2:30____________________
3:00____________________
3:30____________________
4:00____________________
4:30____________________
5:00____________________
5:30____________________
6:00____________________
6:30____________________
7:00____________________
7:30____________________

**To do List**

1.____________________
2.____________________
3.____________________
4.____________________
5.____________________
6.____________________
7.____________________
8.____________________
9.____________________
10.____________________

**Must do List**

1.____________________
2.____________________
3.____________________
4.____________________

**Top Priority List**

1.____________________
2.____________________
3.____________________

**Today's Achievements**

1.____________________
2.____________________
3.____________________
4.____________________

**Notes:**

*Don't settle. Don't finish crappy books. If you don't like the menu, leave the restaurant. If you're not on the right path, get off it.*

*- Chris Brogan*

# December

Friday **13**

7:00____________________
7:30____________________
8:00____________________
8:30____________________
9:00____________________
9:30____________________
10:00___________________
10:30___________________
11:00___________________
11:30___________________
12:00___________________
12:30___________________
1:00____________________
1:30____________________
2:00____________________
2:30____________________
3:00____________________
3:30____________________
4:00____________________
4:30____________________
5:00____________________
5:30____________________
6:00____________________
6:30____________________
7:00____________________
7:30____________________

**To do List**

1.____________________
2.____________________
3.____________________
4.____________________
5.____________________
6.____________________
7.____________________
8.____________________
9.____________________
10.___________________

**Must do List**

1.____________________
2.____________________
3.____________________
4.____________________

**Top Priority List**

1.____________________
2.____________________
3.____________________

**Today's Achievements**

1.____________________
2.____________________
3.____________________
4.____________________

**Notes:**

DECEMBER

| S | M | T | W | T | F | S |
|---|---|---|---|---|---|---|
| 1 | 2 | 3 | 4 | 5 | 6 | 7 |
| 8 | 9 | 10 | 11 | 12 | 13 | 14 |
| 15 | 16 | 17 | 18 | 19 | 20 | 21 |
| 22 | 23 | 24 | 25 | 26 | 27 | 28 |
| 29 | 30 | 31 | 1 | 2 | 3 | 4 |

# 14 Saturday

# December

7:00__________
7:30__________
8:00__________
8:30__________
9:00__________
9:30__________
10:00__________
10:30__________
11:00__________
11:30__________
12:00__________
12:30__________
1:00__________
1:30__________
2:00__________
2:30__________
3:00__________
3:30__________
4:00__________
4:30__________
5:00__________
5:30__________
6:00__________
6:30__________
7:00__________
7:30__________

**To do List**

1. __________
2. __________
3. __________
4. __________
5. __________
6. __________
7. __________
8. __________
9. __________
10. __________

**Must do List**

1. __________
2. __________
3. __________
4. __________

**Top Priority List**

1. __________
2. __________
3. __________

**Today's Achievements**

1. __________
2. __________
3. __________
4. __________

**Notes:**

*Don't be pushed around by the fears in your mind. Be led by the dreams in your heart.*

*- Roy T. Bennett*

# December

## Sunday 15

7:00____________________
7:30____________________
8:00____________________
8:30____________________
9:00____________________
9:30____________________
10:00____________________
10:30____________________
11:00____________________
11:30____________________
12:00____________________
12:30____________________
1:00____________________
1:30____________________
2:00____________________
2:30____________________
3:00____________________
3:30____________________
4:00____________________
4:30____________________
5:00____________________
5:30____________________
6:00____________________
6:30____________________
7:00____________________
7:30____________________

**Notes:**

DECEMBER

| S | M | T | W | T | F | S |
|---|---|---|---|---|---|---|
| 1 | 2 | 3 | 4 | 5 | 6 | 7 |
| 8 | 9 | 10 | 11 | 12 | 13 | 14 |
| 15 | 16 | 17 | 18 | 19 | 20 | 21 |
| 22 | 23 | 24 | 25 | 26 | 27 | 28 |
| 29 | 30 | 31 | 1 | 2 | 3 | 4 |

## 16 Monday

## December

7:00________________
7:30________________
8:00________________
8:30________________
9:00________________
9:30________________
10:00________________
10:30________________
11:00________________
11:30________________
12:00________________
12:30________________
1:00________________
1:30________________
2:00________________
2:30________________
3:00________________
3:30________________
4:00________________
4:30________________
5:00________________
5:30________________
6:00________________
6:30________________
7:00________________
7:30________________

**To do List**

1.________________
2.________________
3.________________
4.________________
5.________________
6.________________
7.________________
8.________________
9.________________
10.________________

**Must do List**

1.________________
2.________________
3.________________
4.________________

**Top Priority List**

1.________________
2.________________
3.________________

**Today's Achievements**

1.________________
2.________________
3.________________
4.________________

**Notes:**

*Impossible is just an opinion, don't buy it.*

*- Robin Sharma*

# December

## Tuesday 17

7:00________________
7:30________________
8:00________________
8:30________________
9:00________________
9:30________________
10:00________________
10:30________________
11:00________________
11:30________________
12:00________________
12:30________________
1:00________________
1:30________________
2:00________________
2:30________________
3:00________________
3:30________________
4:00________________
4:30________________
5:00________________
5:30________________
6:00________________
6:30________________
7:00________________
7:30________________

### To do List

1.________________
2.________________
3.________________
4.________________
5.________________
6.________________
7.________________
8.________________
9.________________
10.________________

### Must do List

1.________________
2.________________
3.________________
4.________________

### Top Priority List

1.________________
2.________________
3.________________

### Today's Achievements

1.________________
2.________________
3.________________
4.________________

### Notes:

**DECEMBER**

| S | M | T | W | T | F | S |
|---|---|---|---|---|---|---|
| 1 | 2 | 3 | 4 | 5 | 6 | 7 |
| 8 | 9 | 10 | 11 | 12 | 13 | 14 |
| 15 | 16 | 17 | 18 | 19 | 20 | 21 |
| 22 | 23 | 24 | 25 | 26 | 27 | 28 |
| 29 | 30 | 31 | 1 | 2 | 3 | 4 |

## 18 Wednesday

## December

7:00____________________
7:30____________________
8:00____________________
8:30____________________
9:00____________________
9:30____________________
10:00____________________
10:30____________________
11:00____________________
11:30____________________
12:00____________________
12:30____________________
1:00____________________
1:30____________________
2:00____________________
2:30____________________
3:00____________________
3:30____________________
4:00____________________
4:30____________________
5:00____________________
5:30____________________
6:00____________________
6:30____________________
7:00____________________
7:30____________________

### To do List

1.____________________
2.____________________
3.____________________
4.____________________
5.____________________
6.____________________
7.____________________
8.____________________
9.____________________
10.____________________

### Must do List

1.____________________
2.____________________
3.____________________
4.____________________

### Top Priority List

1.____________________
2.____________________
3.____________________

### Today's Achievements

1.____________________
2.____________________
3.____________________
4.____________________

### Notes:

*Don't give up. Don't ever give up. Success will come when you least expect it.*

*- Emma Frost*

# December

## Thursday 19

7:00__________
7:30__________
8:00__________
8:30__________
9:00__________
9:30__________
10:00__________
10:30__________
11:00__________
11:30__________
12:00__________
12:30__________
1:00__________
1:30__________
2:00__________
2:30__________
3:00__________
3:30__________
4:00__________
4:30__________
5:00__________
5:30__________
6:00__________
6:30__________
7:00__________
7:30__________

**To do List**

1.__________
2.__________
3.__________
4.__________
5.__________
6.__________
7.__________
8.__________
9.__________
10.__________

**Must do List**

1.__________
2.__________
3.__________
4.__________

**Top Priority List**

1.__________
2.__________
3.__________

**Today's Achievements**

1.__________
2.__________
3.__________
4.__________

**Notes:**

DECEMBER

| S | M | T | W | T | F | S |
|---|---|---|---|---|---|---|
| 1 | 2 | 3 | 4 | 5 | 6 | 7 |
| 8 | 9 | 10 | 11 | 12 | 13 | 14 |
| 15 | 16 | 17 | 18 | 19 | 20 | 21 |
| 22 | 23 | 24 | 25 | 26 | 27 | 28 |
| 29 | 30 | 31 | 1 | 2 | 3 | 4 |

## 20 Friday

## December

7:00__________
7:30__________
8:00__________
8:30__________
9:00__________
9:30__________
10:00__________
10:30__________
11:00__________
11:30__________
12:00__________
12:30__________
1:00__________
1:30__________
2:00__________
2:30__________
3:00__________
3:30__________
4:00__________
4:30__________
5:00__________
5:30__________
6:00__________
6:30__________
7:00__________
7:30__________

**To do List**

1. __________
2. __________
3. __________
4. __________
5. __________
6. __________
7. __________
8. __________
9. __________
10. __________

**Must do List**

1. __________
2. __________
3. __________
4. __________

**Top Priority List**

1. __________
2. __________
3. __________

**Today's Achievements**

1. __________
2. __________
3. __________
4. __________

**Notes:**

*You're not obligated to win.*
*You're obligated to keep trying*
*to do the best you can do*
*every day*

*- Jason Mraz*

## December

## Saturday 21

7:00 ____________________
7:30 ____________________
8:00 ____________________
8:30 ____________________
9:00 ____________________
9:30 ____________________
10:00 ____________________
10:30 ____________________
11:00 ____________________
11:30 ____________________
12:00 ____________________
12:30 ____________________
1:00 ____________________
1:30 ____________________
2:00 ____________________
2:30 ____________________
3:00 ____________________
3:30 ____________________
4:00 ____________________
4:30 ____________________
5:00 ____________________
5:30 ____________________
6:00 ____________________
6:30 ____________________
7:00 ____________________
7:30 ____________________

**To do List**

1. ____________________
2. ____________________
3. ____________________
4. ____________________
5. ____________________
6. ____________________
7. ____________________
8. ____________________
9. ____________________
10. ____________________

**Must do List**

1. ____________________
2. ____________________
3. ____________________
4. ____________________

**Top Priority List**

1. ____________________
2. ____________________
3. ____________________

**Today's Achievements**

1. ____________________
2. ____________________
3. ____________________
4. ____________________

**Notes:**

DECEMBER

| S | M | T | W | T | F | S |
|---|---|---|---|---|---|---|
| 1 | 2 | 3 | 4 | 5 | 6 | 7 |
| 8 | 9 | 10 | 11 | 12 | 13 | 14 |
| 15 | 16 | 17 | 18 | 19 | 20 | 21 |
| 22 | 23 | 24 | 25 | 26 | 27 | 28 |
| 29 | 30 | 31 | 1 | 2 | 3 | 4 |

# 22 Sunday

# December

7:00______________________________

7:30______________________________

8:00______________________________

8:30______________________________

9:00______________________________

9:30______________________________

10:00_____________________________

10:30_____________________________

11:00_____________________________

11:30_____________________________

12:00_____________________________

12:30_____________________________

1:00______________________________

1:30______________________________

2:00______________________________

2:30______________________________

3:00______________________________

3:30______________________________

4:00______________________________

4:30______________________________

5:00______________________________

5:30______________________________

6:00______________________________

6:30______________________________

7:00______________________________

7:30______________________________

**Notes:**

*Don't confuse poor decision-making with destiny. Own your mistakes. It's ok; we all make them. Learn from them so they can empower you!*

*- Steve Maraboli*

# December

Monday 23

7:00_____
7:30_____
8:00_____
8:30_____
9:00_____
9:30_____
10:00_____
10:30_____
11:00_____
11:30_____
12:00_____
12:30_____
1:00_____
1:30_____
2:00_____
2:30_____
3:00_____
3:30_____
4:00_____
4:30_____
5:00_____
5:30_____
6:00_____
6:30_____
7:00_____
7:30_____

## To do List

1._____
2._____
3._____
4._____
5._____
6._____
7._____
8._____
9._____
10._____

## Must do List

1._____
2._____
3._____
4._____

## Top Priority List

1._____
2._____
3._____

## Today's Achievements

1._____
2._____
3._____
4._____

## Notes:

DECEMBER

| S | M | T | W | T | F | S |
|---|---|---|---|---|---|---|
| 1 | 2 | 3 | 4 | 5 | 6 | 7 |
| 8 | 9 | 10 | 11 | 12 | 13 | 14 |
| 15 | 16 | 17 | 18 | 19 | 20 | 21 |
| 22 | 23 | 24 | 25 | 26 | 27 | 28 |
| 29 | 30 | 31 | 1 | 2 | 3 | 4 |

**24** Tuesday

# December

7:00____________________________
7:30____________________________
8:00____________________________
8:30____________________________
9:00____________________________
9:30____________________________
10:00___________________________
10:30___________________________
11:00___________________________
11:30___________________________
12:00___________________________
12:30___________________________
1:00____________________________
1:30____________________________
2:00____________________________
2:30____________________________
3:00____________________________
3:30____________________________
4:00____________________________
4:30____________________________
5:00____________________________
5:30____________________________
6:00____________________________
6:30____________________________
7:00____________________________
7:30____________________________

**To do List**

1.________________________
2.________________________
3.________________________
4.________________________
5.________________________
6.________________________
7.________________________
8.________________________
9.________________________
10._______________________

**Must do List**

1.________________________
2.________________________
3.________________________
4.________________________

**Top Priority List**

1.________________________
2.________________________
3.________________________

**Today's Achievements**

1.________________________
2.________________________
3.________________________
4.________________________

**Notes:**

*If my mind can conceive it,*
*and my heart can believe it -*
*then I can achieve it.*

*- Muhammad Ali*

# December

**Wednesday 25**

7:00____________________
7:30____________________
8:00____________________
8:30____________________
9:00____________________
9:30____________________
10:00____________________
10:30____________________
11:00____________________
11:30____________________
12:00____________________
12:30____________________
1:00____________________
1:30____________________
2:00____________________
2:30____________________
3:00____________________
3:30____________________
4:00____________________
4:30____________________
5:00____________________
5:30____________________
6:00____________________
6:30____________________
7:00____________________
7:30____________________

**To do List**

1.____________________
2.____________________
3.____________________
4.____________________
5.____________________
6.____________________
7.____________________
8.____________________
9.____________________
10.____________________

**Must do List**

1.____________________
2.____________________
3.____________________
4.____________________

**Top Priority List**

1.____________________
2.____________________
3.____________________

**Today's Achievements**

1.____________________
2.____________________
3.____________________
4.____________________

**Notes:**

**DECEMBER**

| S | M | T | W | T | F | S |
|---|---|---|---|---|---|---|
| 1 | 2 | 3 | 4 | 5 | 6 | 7 |
| 8 | 9 | 10 | 11 | 12 | 13 | 14 |
| 15 | 16 | 17 | 18 | 19 | 20 | 21 |
| 22 | 23 | 24 | 25 | 26 | 27 | 28 |
| 29 | 30 | 31 | 1 | 2 | 3 | 4 |

## 26 Thursday

7:00__________
7:30__________
8:00__________
8:30__________
9:00__________
9:30__________
10:00__________
10:30__________
11:00__________
11:30__________
12:00__________
12:30__________
1:00__________
1:30__________
2:00__________
2:30__________
3:00__________
3:30__________
4:00__________
4:30__________
5:00__________
5:30__________
6:00__________
6:30__________
7:00__________
7:30__________

**Notes:**

## December

### To do List

1. __________
2. __________
3. __________
4. __________
5. __________
6. __________
7. __________
8. __________
9. __________
10. __________

### Must do List

1. __________
2. __________
3. __________
4. __________

### Top Priority List

1. __________
2. __________
3. __________

### Today's Achievements

1. __________
2. __________
3. __________
4. __________

*If you want to be successful, find someone who has achieved the results you want and copy what they do, and you'll achieve the same results.*

*– Anthony Robbins*

# December

Friday **27**

7:00 __________
7:30 __________
8:00 __________
8:30 __________
9:00 __________
9:30 __________
10:00 __________
10:30 __________
11:00 __________
11:30 __________
12:00 __________
12:30 __________
1:00 __________
1:30 __________
2:00 __________
2:30 __________
3:00 __________
3:30 __________
4:00 __________
4:30 __________
5:00 __________
5:30 __________
6:00 __________
6:30 __________
7:00 __________
7:30 __________

**To do List**

1. __________
2. __________
3. __________
4. __________
5. __________
6. __________
7. __________
8. __________
9. __________
10. __________

**Must do List**

1. __________
2. __________
3. __________
4. __________

**Top Priority List**

1. __________
2. __________
3. __________

**Today's Achievements**

1. __________
2. __________
3. __________
4. __________

**Notes:**

DECEMBER

| S | M | T | W | T | F | S |
|---|---|---|---|---|---|---|
| 1 | 2 | 3 | 4 | 5 | 6 | 7 |
| 8 | 9 | 10 | 11 | 12 | 13 | 14 |
| 15 | 16 | 17 | 18 | 19 | 20 | 21 |
| 22 | 23 | 24 | 25 | 26 | 27 | 28 |
| 29 | 30 | 31 | 1 | 2 | 3 | 4 |

## 28 Saturday

## December

7:00____________________
7:30____________________
8:00____________________
8:30____________________
9:00____________________
9:30____________________
10:00____________________
10:30____________________
11:00____________________
11:30____________________
12:00____________________
12:30____________________
1:00____________________
1:30____________________
2:00____________________
2:30____________________
3:00____________________
3:30____________________
4:00____________________
4:30____________________
5:00____________________
5:30____________________
6:00____________________
6:30____________________
7:00____________________
7:30____________________

**To do List**

1.____________________
2.____________________
3.____________________
4.____________________
5.____________________
6.____________________
7.____________________
8.____________________
9.____________________
10.____________________

**Must do List**

1.____________________
2.____________________
3.____________________
4.____________________

**Top Priority List**

1.____________________
2.____________________
3.____________________

**Today's Achievements**

1.____________________
2.____________________
3.____________________
4.____________________

**Notes:**

*If you want the rainbow, you gotta put up with the rain!*

*- Dolly Parton*

# December

## Sunday 29

7:00 ____________________
7:30 ____________________
8:00 ____________________
8:30 ____________________
9:00 ____________________
9:30 ____________________
10:00 ____________________
10:30 ____________________
11:00 ____________________
11:30 ____________________
12:00 ____________________
12:30 ____________________
1:00 ____________________
1:30 ____________________
2:00 ____________________
2:30 ____________________
3:00 ____________________
3:30 ____________________
4:00 ____________________
4:30 ____________________
5:00 ____________________
5:30 ____________________
6:00 ____________________
6:30 ____________________
7:00 ____________________
7:30 ____________________

**Notes:**

**DECEMBER**

| S | M | T | W | T | F | S |
|---|---|---|---|---|---|---|
| 1 | 2 | 3 | 4 | 5 | 6 | 7 |
| 8 | 9 | 10 | 11 | 12 | 13 | 14 |
| 15 | 16 | 17 | 18 | 19 | 20 | 21 |
| 22 | 23 | 24 | 25 | 26 | 27 | 28 |
| 29 | 30 | 31 | 1 | 2 | 3 | 4 |

## 30 Monday

## December

7:00____________________
7:30____________________
8:00____________________
8:30____________________
9:00____________________
9:30____________________
10:00____________________
10:30____________________
11:00____________________
11:30____________________
12:00____________________
12:30____________________
1:00____________________
1:30____________________
2:00____________________
2:30____________________
3:00____________________
3:30____________________
4:00____________________
4:30____________________
5:00____________________
5:30____________________
6:00____________________
6:30____________________
7:00____________________
7:30____________________

### To do List

1. ____________________
2. ____________________
3. ____________________
4. ____________________
5. ____________________
6. ____________________
7. ____________________
8. ____________________
9. ____________________
10. ____________________

### Must do List

1. ____________________
2. ____________________
3. ____________________
4. ____________________

### Top Priority List

1. ____________________
2. ____________________
3. ____________________

### Today's Achievements

1. ____________________
2. ____________________
3. ____________________
4. ____________________

### Notes:

*I never said it would be easy; I only said it would be worth it.*

*- Mae West*

## December

## Tuesday 31

7:00__________
7:30__________
8:00__________
8:30__________
9:00__________
9:30__________
10:00__________
10:30__________
11:00__________
11:30__________
12:00__________
12:30__________
1:00__________
1:30__________
2:00__________
2:30__________
3:00__________
3:30__________
4:00__________
4:30__________
5:00__________
5:30__________
6:00__________
6:30__________
7:00__________
7:30__________

### To do List

1. __________
2. __________
3. __________
4. __________
5. __________
6. __________
7. __________
8. __________
9. __________
10. __________

### Must do List

1. __________
2. __________
3. __________
4. __________

### Top Priority List

1. __________
2. __________
3. __________

### Today's Achievements

1. __________
2. __________
3. __________
4. __________

### Notes:

DECEMBER

| S | M | T | W | T | F | S |
|---|---|---|---|---|---|---|
| 1 | 2 | 3 | 4 | 5 | 6 | 7 |
| 8 | 9 | 10 | 11 | 12 | 13 | 14 |
| 15 | 16 | 17 | 18 | 19 | 20 | 21 |
| 22 | 23 | 24 | 25 | 26 | 27 | 28 |
| 29 | 30 | 31 | 1 | 2 | 3 | 4 |

**Did you achieve your goals?**

**What were your significant achievements of the year?**

1. ______________________________

2. ______________________________

3. ______________________________

4. ______________________________

5. ______________________________

**What are your plans for next year?**

1. ______________________________

2. ______________________________

3. ______________________________

4. ______________________________

5. ______________________________

*Remember your goals.*
*For they are what carry your dreams from*
*ideas to achievements.*

# 2020

**JANUARY**

| S | M | T | W | T | F | S |
|---|---|---|---|---|---|---|
| 29 | 30 | 31 | 1 | 2 | 3 | 4 |
| 5 | 6 | 7 | 8 | 9 | 10 | 11 |
| 12 | 13 | 14 | 15 | 16 | 17 | 18 |
| 19 | 20 | 21 | 22 | 23 | 24 | 25 |
| 26 | 27 | 28 | 29 | 30 | 31 | 1 |

**FEBRUARY**

| S | M | T | W | T | F | S |
|---|---|---|---|---|---|---|
| 1 | 2 | 3 | 4 | 5 | 6 | 7 |
| 8 | 9 | 10 | 11 | 12 | 13 | 14 |
| 15 | 16 | 17 | 18 | 19 | 20 | 21 |
| 22 | 23 | 24 | 25 | 28 | 27 | 28 |

**MARCH**

| S | M | T | W | T | F | S |
|---|---|---|---|---|---|---|
| 1 | 2 | 3 | 4 | 5 | 6 | 7 |
| 8 | 9 | 10 | 11 | 12 | 13 | 14 |
| 15 | 16 | 17 | 18 | 19 | 20 | 21 |
| 22 | 23 | 24 | 25 | 28 | 27 | 28 |
| 29 | 30 | 31 | 1 | 2 | 3 | 4 |

**APRIL**

| S | M | T | W | T | F | S |
|---|---|---|---|---|---|---|
| 29 | 30 | 31 | 1 | 2 | 3 | 4 |
| 5 | 6 | 7 | 8 | 9 | 10 | 11 |
| 12 | 13 | 14 | 15 | 16 | 17 | 18 |
| 19 | 20 | 21 | 22 | 23 | 24 | 25 |
| 26 | 27 | 28 | 29 | 30 | 1 | 2 |

**MAY**

| S | M | T | W | T | F | S |
|---|---|---|---|---|---|---|
| 26 | 27 | 28 | 29 | 30 | 1 | 2 |
| 3 | 4 | 5 | 6 | 7 | 8 | 9 |
| 10 | 11 | 12 | 13 | 14 | 15 | 16 |
| 17 | 18 | 19 | 20 | 21 | 22 | 23 |
| 24 | 25 | 26 | 27 | 28 | 29 | 30 |
| 31 | 1 | 2 | 3 | 4 | 5 | 6 |

**JUNE**

| S | M | T | W | T | F | S |
|---|---|---|---|---|---|---|
| 31 | 1 | 2 | 3 | 4 | 5 | 6 |
| 7 | 8 | 9 | 10 | 11 | 12 | 13 |
| 14 | 15 | 16 | 17 | 18 | 19 | 20 |
| 21 | 22 | 23 | 24 | 25 | 26 | 27 |
| 28 | 29 | 30 | 1 | 2 | 3 | 4 |

**JULY**

| S | M | T | W | T | F | S |
|---|---|---|---|---|---|---|
| 28 | 29 | 30 | 1 | 2 | 3 | 4 |
| 5 | 6 | 7 | 8 | 9 | 10 | 11 |
| 12 | 13 | 14 | 15 | 16 | 17 | 18 |
| 19 | 20 | 21 | 22 | 23 | 24 | 25 |
| 26 | 27 | 28 | 29 | 30 | 31 | 1 |

**AUGUST**

| S | M | T | W | T | F | S |
|---|---|---|---|---|---|---|
| 26 | 27 | 28 | 29 | 30 | 31 | 1 |
| 2 | 3 | 4 | 5 | 6 | 7 | 8 |
| 9 | 10 | 11 | 12 | 13 | 14 | 15 |
| 16 | 17 | 18 | 19 | 20 | 21 | 22 |
| 23 | 24 | 25 | 26 | 27 | 28 | 29 |
| 30 | 31 | 1 | 2 | 3 | 4 | 5 |

**SEPTEMBER**

| S | M | T | W | T | F | S |
|---|---|---|---|---|---|---|
| 30 | 31 | 1 | 2 | 3 | 4 | 5 |
| 6 | 7 | 8 | 9 | 10 | 11 | 12 |
| 13 | 14 | 15 | 16 | 17 | 18 | 19 |
| 20 | 21 | 22 | 23 | 24 | 25 | 26 |
| 27 | 28 | 29 | 30 | 1 | 2 | 3 |

**OCTOBER**

| S | M | T | W | T | F | S |
|---|---|---|---|---|---|---|
| 27 | 28 | 29 | 30 | 1 | 2 | 3 |
| 4 | 5 | 6 | 7 | 8 | 9 | 10 |
| 11 | 12 | 13 | 14 | 15 | 16 | 17 |
| 18 | 19 | 20 | 21 | 22 | 23 | 24 |
| 25 | 26 | 27 | 28 | 29 | 30 | 31 |

**NOVEMBER**

| S | M | T | W | T | F | S |
|---|---|---|---|---|---|---|
| 1 | 2 | 3 | 4 | 5 | 6 | 7 |
| 8 | 9 | 10 | 11 | 12 | 13 | 14 |
| 15 | 16 | 17 | 18 | 19 | 20 | 21 |
| 22 | 23 | 24 | 25 | 28 | 27 | 28 |
| 29 | 30 | 1 | 2 | 3 | 4 | 5 |

**DECEMBER**

| S | M | T | W | T | F | S |
|---|---|---|---|---|---|---|
| 29 | 30 | 1 | 2 | 3 | 4 | 5 |
| 6 | 7 | 8 | 9 | 10 | 11 | 12 |
| 13 | 14 | 15 | 16 | 17 | 18 | 19 |
| 20 | 21 | 22 | 23 | 24 | 25 | 26 |
| 27 | 28 | 29 | 30 | 31 | 1 | 2 |

CanLead Training provides customized, one-on-one coaching to help individuals identify the barriers to their success and develop a plan to overcome those obstacles to succeed. They offer a unique, thought-provoking, coaching program that helps people realize their potential.

Further, the Company provides unique training strategies that are proven to increase team cohesion, productivity, and improve the workplace environment. Through consultation and customization, CanLead Training aligns their programs with the specific needs of the client. They help people to think more creatively and work more efficiently.

CanLead Training modules are centered on the eight essential leadership skills: communication, vision, motivation, open-mindedness, confidence, honesty, creativity, and commitment. Using experiential activities, trainees identify their leadership skills and learn how to to increase their effectiveness as leaders.

CanLead Training provides a unique service to help the customer think better, work better, live better and rule their world!

As you begin to see and respond to your life in new ways, you will feel new-found confidence in all areas of your life.

The positive changes you experience will also affect others in your life and the world around you.

***By focusing on identifying and developing people's leadership skills, we help people think better, work better, live better, and Rule Their World!***

**info@canlead.ca**

www.canlead.ca

www.ingramcontent.com/pod-product-compliance
Lightning Source LLC
Chambersburg PA
CBHW060318200326
41519CB00011BA/1768

* 9 7 8 0 9 9 4 0 5 1 9 7 4 *